ಛಂದ ಪುಸ್ತಕ

ಓದಿ ಓದಿ ಮರುಳಾಗಿ!

ಶ್ರೀರಮಣರ ತೆಲುಗು ನೀಳ್ಗತೆ

ನಾಲ್ಕನೇ ಎಕರೆ

ಅನು: ಅಜಯ್ ವರ್ಮಾ ಅಲ್ಲೂರಿ

Naalkane Ekare - a story by Sriramana
Translated from Telugu to Kannada by Ajay Varma Alluri,
Published by Chanda Pustaka, I-004, Mantri Paradise,
Bannerughatta Road, Bangalore-560076

ISBN : 978-81-949262-0-7

ಮೊದಲ ಮುದ್ರಣ: 2021
ಮುಖಪುಟ: ಶ್ವೇತಾ ಅಡುಕಳ
ರೇಖಾಚಿತ್ರಗಳು: ಸೃಜನ್
ಕರಡು ತಿದ್ದುವಿಕೆ: ಶ್ರೀಕಾಂತ ಉಡುಪ / ಲಕ್ಷ್ಮಣ ಬಾದಾಮಿ
ಪುಟಗಳು: 112 ಬೆಲೆ: ₹ 100
ಕಾಗದ: ಎನ್‌ಎಸ್ ಮ್ಯಾಪ್ಲಿತೊ 70 ಜಿಎಸ್‌ಎಂ, 1/8 ಕ್ರೌನ್

ಪ್ರತಿಗಳಿಗಾಗಿ ಸಂಪರ್ಕಿಸಿ
ಛಂದ ಪುಸ್ತಕ
ಐ–004, ಮಂತ್ರಿ ಪ್ಯಾರಡೈಸ್
ಬನ್ನೇರುಘಟ್ಟ ರಸ್ತೆ
ಬೆಂಗಳೂರು–560076
ಸೆಲ್: (+91) 98444 22782
me@vasudhendra.com

ಮುದ್ರಣ:

ಟ್ರಿನಿಟಿ ಅಕಾಡೆಮಿ, ಕುಡ್ಲು ಗೇಟ್, ಹೊಸೂರು ರಸ್ತೆ, ಬೆಂಗಳೂರು

ಶ್ರೀರಮಣ

ಸೀಮಾಂಧ್ರದ ತೆನಾಲಿಯವರಾದ ಶ್ರೀರಮಣರು 1952ರಲ್ಲಿ ಜನಿಸಿದ್ದಾರೆ. ತೆಲುಗಿನ 'ಆಂಧ್ರಜ್ಯೋತಿ'ಯ 'ನವ್ಯ' ವಾರಪತ್ರಿಕೆಗೆ ಸಾಕಷ್ಟು ವರ್ಷಗಳ ಕಾಲ ಸಂಪಾದಕರಾಗಿ ಕಾರ್ಯ ನಿರ್ವಹಿಸಿ, ಮುಂದೆ ದೃಶ್ಯಮಾಧ್ಯಮದ ಕೆಲವು ಸಂಸ್ಥೆಗಳಲ್ಲಿ ಸೇವೆ ಸಲ್ಲಿಸಿದ್ದಾರೆ. ತೆಲುಗಿನಲ್ಲಿ ಅಂಕಣ ಬರಹಗಳನ್ನು ಬರೆಯುತ್ತಾ ಪ್ರಸಿದ್ಧರಾದ ಇವರು, ಹತ್ತಕ್ಕೂ ಹೆಚ್ಚು ಅಂಕಣ ಸಂಗ್ರಹಗಳನ್ನು ಪ್ರಕಟಿಸಿದ್ದಾರೆ. ಕಳೆದ ಮೂರು–ನಾಲ್ಕು ದಶಕಗಳಿಂದ ಸಿನಿಮಾ ಕ್ಷೇತ್ರದಲ್ಲೂ ಬರಹಗಾರರಾಗಿ ಸೈ ಎನಿಸಿಕೊಂಡಿದ್ದಾರೆ. ಬರೆದ ಕೆಲವೇ ಕಥೆಗಳ ಪೈಕಿ 'ಮಿಥುನಂ' ಕಥೆ ತುಂಬಾ ಜನಪ್ರಿಯತೆಯನ್ನು ತಂದು ಕೊಟ್ಟಿದೆ. ದೆಹಲಿಯ 'ಕಥಾ' ಪುರಸ್ಕಾರವನ್ನು ಪಡೆದುಕೊಂಡ ಈ ಕಥೆ ಕನ್ನಡಕ್ಕೂ ಸೇರಿದಂತೆ ಇತರೆ ಭಾರತೀಯ ಭಾಷೆಗಳಿಗೆ ಅನುವಾದಗೊಂಡಿದೆ. 'ಶ್ರೀರಮಣ ಪೇರಡೀಲು', 'ವೆಂಕಟ ಸತ್ಯ ಸ್ಟಾಲಿನ್', 'ಸಿಂಹಾಚಲಂ ಸಂಪೆಂಗಲು' ಶ್ರೀರಮಣರ ಕೆಲವು ಪ್ರಮುಖ ಕೃತಿಗಳು.

ಅಜಯ್ ವರ್ಮಾ ಅಲ್ಲೂರಿ

ರಾಯಚೂರು ಜಿಲ್ಲೆಯ ಸಿಂಧನೂರಿನವರಾದ ಅಜಯ್ ವರ್ಮಾ ಅಲ್ಲೂರಿ ಜನಿಸಿದ್ದು 1996ರಲ್ಲಿ. ಪಿ.ಯೂ.ಸಿ ವರೆಗಿನ ಶಿಕ್ಷಣವನ್ನು ಸಿಂಧನೂರಿನಲ್ಲಿಯೇ ಮುಗಿಸಿ ಮುಂದೆ ಧಾರವಾಡದ ಜೆ.ಎಸ್.ಎಸ್ ಕಾಲೇಜಿನಲ್ಲಿ ವಿಜ್ಞಾನ ಪದವಿಯನ್ನು, ಮೈಸೂರು ವಿಶ್ವವಿದ್ಯಾಲಯದ ಮಾನಸಗಂಗೋತ್ರಿಯಲ್ಲಿ ಭೌತಶಾಸ್ತ್ರದಲ್ಲಿ ಸ್ನಾತಕೋತ್ತರ ಪದವಿಯನ್ನು, ಭಾಷಾಂತರದಲ್ಲಿ ಡಿಪ್ಲೊಮಾವನ್ನು ಪಡೆದಿದ್ದಾರೆ. ಮೂಲತಃ ವಿಜ್ಞಾನದ ವಿದ್ಯಾರ್ಥಿಯಾದರೂ ಸಾಹಿತ್ಯದಲ್ಲಿನ ಅತೀವ ಆಸಕ್ತಿಯಿಂದಾಗಿ ಸದ್ಯ ಹೈದರಾಬಾದಿನ ಕೇಂದ್ರೀಯ ವಿಶ್ವವಿದ್ಯಾಲಯದಲ್ಲಿ ತೌಲನಿಕ ಸಾಹಿತ್ಯದಲ್ಲಿ ಸ್ನಾತಕೋತ್ತರ ಪದವಿಯನ್ನು ಅಭ್ಯಾಸ ಮಾಡುತ್ತಿದ್ದಾರೆ.

'ಗಗನಸಿಂಧು' (ಕಾವ್ಯ); 'ಡಯಾನಾ ಮರ', 'ಕಲಲ ಕನ್ನೀಟಿ ಪಾಟ', 'ವಿಮುಕ್ತೆ' (ಅನುವಾದ) ಇದುವರೆಗಿನ ಪ್ರಕಟಿತ ಕೃತಿಗಳು. ತಮ್ಮ ಶೈಕ್ಷಣಿಕ ಹಾಗು ಸಾಹಿತ್ಯಿಕ ಸಾಧನೆಗಳಿಗಾಗಿ ಕರ್ನಾಟಕ ವಿಶ್ವವಿದ್ಯಾಲಯದ ಡಿ.ಸಿ.ಪಾವಟೆ ಬಹುಮಾನ, ಕ್ರೈಸ್ಟ್ ವಿಶ್ವವಿದ್ಯಾಲಯದ ದ.ರಾ.ಬೇಂದ್ರೆ ಕಾವ್ಯ ಬಹುಮಾನ, ಅ.ನ.ಕೃ ಕಥಾ ಬಹುಮಾನ, ಪ್ರಹ್ಲಾದ ಅಗಸನಕಟ್ಟೆ ಕಥಾ ಪ್ರಶಸ್ತಿ, ಕುವೆಂಪು ಭಾಷಾ ಭಾರತಿ ಪ್ರಶಸ್ತಿಗಳನ್ನು ಪಡೆದಿದ್ದಾರೆ. ತೆಲುಗು ಮಾತೃಭಾಷೆಯವರಾದ ಅಜಯ್ ಅವರಿಗೆ ಇತರೆ ಭಾರತೀಯ ಭಾಷೆಗಳನ್ನು ಕಲಿಯುವುದು ಪ್ರಧಾನ ಆಸಕ್ತಿ.

ajayvarmaalluri1997@gmail.com | 95355 76037

ನೆಲದ ನಂಟು ಬಿಡದ ಎಲ್ಲ ನೇಗಿಲಯೋಗಿಗಳಿಗೆ

ಲೇಖಕರ ಮಾತು

ನಾನು ನಮ್ಮ ಹಳ್ಳಿಯನ್ನು ಬಿಟ್ಟು ಐವತ್ತು ವರ್ಷ ದಾಟಿದರೂ ಆ ಹಳ್ಳಿ ನನ್ನನ್ನು ಬಿಟ್ಟಿಲ್ಲ. ನಮ್ಮ ತಂದೆಗೆ ಬೇಸಾಯವೆಂದರೆ ಹುಚ್ಚು. ಪಶುವೈದ್ಯ ಅವರಿಗೆ ಹಾಬಿ. ನಮಗೆ ಹತ್ತಿರದಲ್ಲೇ ಇದ್ದ ತೆನಾಲಿಯಲ್ಲಿ ಯೇಜೆಳ್ಳ ಶ್ರೀರಾಮುಲು ಎಂಬ ಪ್ರಸಿದ್ಧ ಪಶುವೈದ್ಯರೊಬ್ಬರು ಇರುತ್ತಿದ್ದರು. 'ಅಭಿನವ ಸಹದೇವ' ಎಂದೇ ಅವರು ಬಿರುದಾಂಕಿತರಾಗಿದ್ದರು. ಅವರನ್ನು ಕಾಣಲೆಂದು ಅಪ್ಪ ಅನೇಕ ಸಲ ಅಲ್ಲಿಗೆ ಹೋಗುತ್ತಿದ್ದುದುಂಟು. ಕೆಲವೊಮ್ಮೆ ನನ್ನನ್ನೂ ಕರೆದೊಯ್ಯುತ್ತಿದ್ದರು. ಶ್ರೀರಾಮುಲು ಅವರ ಕಾಂಪೌಂಡ್ ಕಣ್ವಾಶ್ರಮದಂತಿತ್ತು. ಅಲ್ಲಿ ಮೊಲ, ಜಿಂಕೆ, ಚಂಗನೆ ಹಾರುತ್ತಾ ನಲಿಯುತ್ತಿದ್ದವು. ಗಿಳಿ, ಪಾರಿವಾಳಗಳು ಕೈಗೆಟುಕುತ್ತಿದ್ದವು. ಅವುಗಳೊಂದಿಗೆ ಅಲೆಯುತ್ತಾ, ನಲಿಯುತ್ತಾ ಇರುತ್ತಿದ್ದ ನನಗೆ ವೇಳೆಯೇ ತಿಳಿಯುತ್ತಿರಲಿಲ್ಲ. ಅಪ್ಪ ತುಂಬಾ ಹೊತ್ತು ಮಾತುಕತೆ ನಡೆಸಿ, ಅವರಿಂದ ಸಲಹೆ–ಸೂಚನೆಗಳನ್ನೂ, ಬಗೆಬಗೆಯ ಮುಲಾಮುಗಳನ್ನೂ ಪಡೆದುಕೊಂಡು ನನ್ನೊಡನೆ ಮನೆಗೆ ಮರಳುತ್ತಿದ್ದರು.

ಅಪ್ಪ ಆ ದಿನಗಳಲ್ಲೇ, ಅಂದರೆ ಎಪ್ಪತ್ತು–ಎಂಬತ್ತು ವರ್ಷಗಳ ಹಿಂದೆಯೇ ಆಧುನಿಕ ಬೇಸಾಯದ ಪದ್ಧತಿಗಳನ್ನು ಅನುಸರಿಸುತ್ತಿದ್ದರು. ಸ್ವಲ್ಪವೂ ಅತ್ತಿತ್ತ ಆಗದಂತೆ ಸಾಲಾಗಿ ಹಗ್ಗಕಟ್ಟಿ ಭತ್ತದ ಸಸ್ಯಗಳನ್ನು ನಾಟುತ್ತಿದ್ದದ್ದು ನನಗೆ ಚೆನ್ನಾಗಿ ನೆನಪು. ಟೊಮ್ಯಾಟೊ ಬೆಳೆಯನ್ನು ನಮ್ಮೂರಿಗೆ ಪರಿಚಯಿಸಿದವರು ಅಪ್ಪನೇ ಎಂದು ಎಲ್ಲರೂ ಹೇಳುತ್ತಿದ್ದರು. ಪೂಣೆಯಲ್ಲಿ 'ಪೆಸ್ಟಂಜೀ.ಪಿ.ಪೋಚಾ' ಎಂಬ ದೊಡ್ಡದೊಂದು ನರ್ಸರೀ ಇರುತ್ತಿತ್ತು. ಈಗಲೂ ಇದೆ. ಅಲ್ಲಿಂದ ಏತದ ಡಬ್ಬಿಗಳು, ಕುಡಗೋಲುಗಳು, ಕತ್ತರಿಗಳು, ಬಗೆಬಗೆಯ

ನೇಗಿಲುಗಳನ್ನು ಅಪ್ಪ ತರಿಸುತ್ತಿದ್ದರು. ಹೈಬ್ರೀಡ್, ಕ್ರಾಸ್ ಬ್ರೀಡ್ ಬೀಜಗಳೂ ನಮ್ಮನೆಗೆ ಬರುತ್ತಿದ್ದವು. ನಮ್ಮ ಅಂಗಳದಲ್ಲಿ ಅಪ್ಪ ಕೆಂಪು ಬಣ್ಣದ ಮಲ್ಲಿಗೆಗಳನ್ನು ಅರಳಿಸುತ್ತಿದ್ದರು. ಇನ್ನೂ ದುಂಡುಮಲ್ಲಿಗೆ, ನೈಟ್ ಕ್ವೀನ್, ಡೇ ಕಿಂಗ್, ಜಿನಿಯಾ, ಬಣ್ಣಬಣ್ಣದ ಬೋಗನ್ವಿಲಿಯಾ ನಮ್ಮ ಮನೆಯ ಸುತ್ತಾ ಇರುತ್ತಿದ್ದವು. 'ಗ್ಲೈರಿಸೀಡಿಯಾ' ಎಂಬ ಗೊಬ್ಬರದ ಗಿಡವು ತಿಳಿಗೆಂಪು ಹೂಗಳಿಂದ ಕಂಗೊಳಿಸುತ್ತಿತ್ತು. ಇನ್ನು ಪಶುಸಂತತಿಯ ಬಗ್ಗೆ ಬೇರೆ ಹೇಳಬೇಕಾಗಿಲ್ಲ.

ಇವುಗಳೆಲ್ಲದರ ಜೊತೆಗೆ ಎರಡು ಉದ್ಯೋಗಗಳಿಂದಾಗಿ ಅಪ್ಪ ಕ್ಷಣ ಹೊತ್ತೂ ಬಿಡುವಿಲ್ಲದಂತೆ ಇರುತ್ತಿದ್ದರು. ಸ್ವಂತದೊಂದು ಅನುದಾನಿತ ಶಾಲೆ ನಮ್ಮದೇ ಜಾಗದಲ್ಲಿತ್ತು. ನಮ್ಮೂರ ಬ್ರಾಂಚಿನ ಪೋಸ್ಟ್ ಮಾಸ್ಟರ್ ಕೆಲಸವೂ ಅಪ್ಪನದೇ ಆಗಿತ್ತು. ನಸುಕಿನಲ್ಲಿ ನಾಲ್ಕು ಗಂಟೆಗೇ ಎದ್ದು, ಅಂಗಳದಲ್ಲಿಯ ದನದ ಕೊಟ್ಟಿಗೆಯನ್ನು ಸಂಬಾಳಿಸುವುದರಿಂದ ಅಪ್ಪ-ಅಮ್ಮನ ದಿನಚರಿ ಶುರುವಾಗುತ್ತಿತ್ತು. ಅಮ್ಮ ಪಟ್ಟಣದಲ್ಲಿ ಹುಟ್ಟಿ ಬೆಳೆದವಳಾದರೂ, ಆಕೆಗೆ ಹಳ್ಳಿಯ ಸಂಪ್ರದಾಯದ ಬಗೆಗೆ, ಕೆಲಸಗಳ ಬಗೆಗೆ ತುಂಬಾ ಶ್ರದ್ಧೆ, ತಾಳ್ಮೆ ಎಂದು ಊರಿನ ಹೆಂಗಸರು ಅಂದುಕೊಳ್ಳುತ್ತಿದ್ದರು. ಒಬ್ಬ ಸಾಮಾನ್ಯ ಮಧ್ಯಮವರ್ಗದ ರೈತನಾಗಿದ್ದರಿಂದ ಈ ಉತ್ಸಾಹಗಳನ್ನೆಲ್ಲಾ ಸರಿದೂಗಿಸಲು ಅಪ್ಪನಿಗೆ ಆರ್ಥಿಕ ತೊಂದರೆಗಳಿರುತ್ತಿದ್ದವೆಂದು ನನಗೆ ಆಮೇಲೆ ಅನೇಕ ವರ್ಷಗಳ ಬಳಿಕ ಮನದಟ್ಟಾಯಿತು.

ಅಪ್ಪ ವರ್ಷಕ್ಕೊ, ಎರಡುವರ್ಷಕ್ಕೊ ಒಮ್ಮೆ ಮಹಾನಂದಿ, ನಂದ್ಯಾಲ, ಶ್ರೀಶೈಲದ ಕಡೆಗೆ ಹೋಗುತ್ತಿದ್ದರು. ಅಲ್ಲಿಂದ ಉತ್ತಮ ಜಾತಿಯ ಆಕಳು ಕರುಗಳನ್ನು ಆಯ್ದು ತರುತ್ತಿದ್ದರು. ಆ ದಿನಗಳಲ್ಲಿ ಊರಿನಲ್ಲಿ ದೊಡ್ಡ ಜಮೀನುದಾರರು ಯಾರಾದರೂ

ಕಾಲವಾದರೆ, ಅವರ ನೆನಪಿನಲ್ಲಿ ಹೋರಿಯೊಂದನ್ನು ದೇವರಿಗೆ ಬಿಡುತ್ತಿದ್ದರು. ಹಾಗೆ ಬಿಟ್ಟವರ ಮನೆ ಮುಂದೆ ಗುರುತಿಗೆಂದು ಸಿಂಹದ್ವಾರಕ್ಕೆ ಎದುರಾಗಿ ಕುಸುರಿ ಕೆತ್ತನೆ ಮಾಡಿದ ಸಣ್ಣದೊಂದು ಮರಗಂಬ ನಿಲ್ಲಿಸುತ್ತಿದ್ದರು. ದೇವರಿಗೆ ಬಿಡುವ ಹೋರಿಗೆ ಹಲವು ಲಕ್ಷಣಗಳಿರಬೇಕು. ಮೊದಲಿಗೆ ಅದರ ಸುಳಿ ನೋಡಬೇಕು. ಎತ್ತರ, ಅಗಲ ನೋಟಕ್ಕೆ ನಿಲುಕಬೇಕು. ಕೊಂಬುಗಳು ಬಲಿಷ್ಠವಾಗಿರಬೇಕು. ಹಿಣಿಲು ಠೀವಿಯಾಗಿ ಮೆರೆಯಬೇಕು. ಆ ಹೋರಿಯನ್ನು ಯಾರೂ ಎಲ್ಲೂ ಕಟ್ಟಿ ಹಾಕುವುದಿಲ್ಲ, ಯಾರೂ ಬಾರುಕೋಲಲ್ಲಿ ಬಾರಿಸುವುದಿಲ್ಲ. ಮೂಗುದಾರ, ಕೊರಳುದಾರ ಆ ಹೋರಿಗೆ ಗೊತ್ತೇ ಇರುವುದಿಲ್ಲ. ಆ ಊರಿನಲ್ಲಷ್ಟೇ ಅಲ್ಲ, ಅದು ಎಲ್ಲೆಲ್ಲಿ ನಡೆವುದೋ ಅಲ್ಲೆಲ್ಲಾ ಅದರದೇ ರಾಜ್ಯ. ಅದರದೇ ಬೀಜ. ಅದಕ್ಕೆಂದೇ ಅದನ್ನು ಆಯ್ಕೆ ಮಾಡಬೇಕಾದರೆ ತುಂಬಾ ಎಚ್ಚರವಹಿಸುತ್ತಾರೆ. ಅಪ್ಪ ಇದರಲ್ಲಿ ಅನುಭವಸ್ಥರಾಗಿದ್ದರು.

ನಾನು ಏಳೆಂಟು ವರ್ಷದವನಾಗಿದ್ದಾಗ ಅಪ್ಪ ಒಂದು ಸಲ ನನ್ನನ್ನೂ ಅಲ್ಲಿಗೆ ಕರೆದೊಯ್ದರು. ಅಮ್ಮ ಬೇಡವೇ ಬೇಡ ಎಂದಿದ್ದಳು. ಆ ಕಾಡಿನಲ್ಲಿ ಅವನೇನು ತಿನ್ನುತ್ತಾನೆಂದು ಬೈದಿದ್ದಳು. ಏನೂ ಪರವಾಗಿಲ್ಲ, ಹಣ್ಣೂ-ಹಂಪಲ, ಹಾಲು ಇರುತ್ತವೆ ಸಾಕಾಗಲ್ಲವೇ ಎಂದು ಹೇಳಿ ಅಪ್ಪ ಕರೆದೊಯ್ದರು. ಎಲ್ಲವೂ ಸೇರಿ ಮೂರು ದಿನದ ಯಾತ್ರೆ. ಮೀಟರ್ ಗೇಜಿನ ರೈಲುಗಳಲ್ಲಿ ಕೂತು ಅಲ್ಲಿಗೆ ತಲುಪಿದೆವು. ಒಂದು ಇರುಳು, ಮರಕ್ಕೆ ಕಟ್ಟಿದ ಚಪ್ಪರದ ಮೇಲೆ ಮಲಗಿದ ನೆನಪು. ರೂಢಿಯಿದ್ದ ಅಮ್ಮನ ಸೀರೆ ಸೆರಗಲ್ಲಿ ಆ ಇರುಳು ಅದೆಷ್ಟೋ ಕಮ್ಮನೆಯ ಕನಸುಗಳು ನನ್ನನ್ನು ನಿದ್ದೆಗೆಳೆದವು. ಹೊತ್ತು ಮುಳುಗುತ್ತಲೇ ಬುಡಕಟ್ಟು ಜನ ಬಂದು ಅಲ್ಲಲ್ಲಿ ಬೆಂಕಿ ಹಚ್ಚುತ್ತಿದ್ದರು. ಮರದ ಕೊಂಬೆಗಳ ಮೇಲೆಯೇ ಕೂತು ಚಳಿ ಕಾಯಿಸಿಕೊಳ್ಳಬಹುದು. ಅಪ್ಪ ನನಗೆ ಹಸಿವೇ ತಿಳಿಯದಂತೆ ಚೆನ್ನಾಗಿ ತಿನಿಸಿದರು. ಅಮ್ಮ ಮಾಡಿ ಕಳಿಸಿದ್ದ ತಿನಿಸುಗಳು ಒಂದು ವರ್ಷಕ್ಕೆ ಸಾಕಾಗುವಷ್ಟಿದ್ದವು. ಅಪ್ಪ ಜೋಳದ ಅರಳುಗಳನ್ನು ಜೇನಿನಲ್ಲಿ ಅದ್ದಿ ಕೊಟ್ಟಿದ್ದರು. ನನಗದರ ನೆನಪು ಎಷ್ಟು ಕಾಡುತ್ತದೆ ಅಂದರೆ ಆ ಫಲಾಹಾರವನ್ನು ಅಂದಿಗೂ ಇಂದಿಗೂ ಮತ್ತೊಮ್ಮೆ ತಿನ್ನಲಾಗಲೇ

ಇಲ್ಲ. ನನ್ನನ್ನು ಚಪ್ಪರದ ಮೇಲೆಯೇ ಬಿಟ್ಟು ಅಪ್ಪ ಉಳಿದವರೊಡನೆ ಕಾಡಲ್ಲಿ ತಿರುಗಾಡಿದರು. ಮೂರನೇ ದಿನ ಮರಳುವಾಗ ಅಪ್ಪನಿಗೆ ಹುಲಿ ಉಗುರುಗಳನ್ನು ನೆನಪಿಸಿದೆ. ಒಬ್ಬ ಬುಡಕಟ್ಟು ವೃದ್ಧನ ಬಳಿಗೆ ಕರೆದೊಯ್ದರು. ಆತ ಹೊಕ್ಕಳ ಸುತ್ತಾ ಕಟ್ಟಿಕೊಂಡಿದ್ದ ಹುಲಿ ಚರ್ಮದ ಸಹಿತವಾದ ಉಗುರುಗಳನ್ನು ತೆಗೆದು, ಅವುಗಳ ಬಗ್ಗೆ ವಿವರಿಸಿದ. ಅವು ನನಗೆ ರಕ್ಷಣೆ ನೀಡುವುದಾಗಿಯೂ ಹೇಳಿದ. ಅದರ ರೇಟು ಬಗೆಹರಿಸುವ ಕೆಲಸ ಮುಗಿದ ಮೇಲೆ ಅಪ್ಪ ಮಂಡಲ ಹಾವುಗಳಿರುತ್ತಿದ್ದ ಪೊದೆಗಳ ಬಳಿಗೆ ಕರೆದೊಯ್ದರು. ಆ ಹಾವುಗಳು ತೇಟು ಹೆಬ್ಬಾವಿನಂತೆಯೇ ಇರುತ್ತವೆ. ಅವು ಊದಿದರೆ ನಮ್ಮ ಮೈಮೇಲೆ ತುರಿಕೆ ಶುರುವಾಗಿ ತದ್ದು ಏಳುತ್ತವೆ. ಪ್ರಾಣಾಪಾಯವೇನೂ ಇರುವುದಿಲ್ಲ. ಅತ್ತ ಹೋದಾಗ ಅವುಗಳನ್ನು ಎತ್ತಿನಗಾಡಿಯಲ್ಲಿ ಹಾಕಿ ತಂದು, ಹುಲ್ಲಿನ ಬಣವೆಯಲ್ಲಿ ಬಿಡುತ್ತಿದ್ದರು. ಅವು ಬಣವೆಯೊಳಗಿನ ಇಲಿಗಳನ್ನು ತಿನ್ನುತ್ತಾ ಕಾವಲಿರುತ್ತಿದ್ದವು. ಸಿಕ್ಕರೆ ಕೋಳಿಮರಿಗಳನ್ನೂ ನುಂಗಿಬಿಡುತ್ತಿದ್ದವು. ನನಗೆ ನವಿಲುಗರಿಯೆಂದರೆ ತುಂಬಾ ಇಷ್ಟ. ಅಪ್ಪ ಯಾರಿಗೋ ಹೇಳಿ ನವಿಲು ಗರಿ ಕೊಡಿಸಿದರು. ನನ್ನ ಅಂಗೈಗಿಂತಲೂ ಅಗಲವಾದುದು. ಪೂರ್ಣಾಕಾರದ ನವಿಲುಗರಿಯನ್ನು ಸಂಗ್ರಹಿಸುವುದು ಆ ದಿನಗಳಲ್ಲಿ ನನ್ನ ಜೀವನದ ಗುರಿಯೇ ಆಗಿತ್ತು. ಅದು ಕೈಗೂಡಿದಕ್ಕೆ ನನಗಾದ ಆನಂದ ಅಷ್ಟಿಷ್ಟಲ್ಲ. ಆ ಯಾತ್ರೆ ನವಿಲುಗರಿಯಷ್ಟು ಸುಂದರವಾಗಿ ಮುಗಿಯಿತು.

ಅಪ್ಪ ನಮ್ಮ ಕೊಟ್ಟಿಗೆಯೊಳಗಿನ ಎತ್ತುಗಳನ್ನು ಪಂದ್ಯಗಳಿಗೆ ಸಜ್ಜುಗೊಳಿಸುತ್ತಿದ್ದರು. ಅವುಗಳಿಗೆ ನೀಡುವ ಆಹಾರವೇ ಬೇರೆ, ಅವುಗಳ ಪಾಲನೆ–ಪೋಷಣೆಯ ಕ್ರಮಗಳೇ ಬೇರೆ. ನಮ್ಮ ಹಳ್ಳಿಯಲ್ಲಿ ಏನಿಲ್ಲವೆಂದರೂ ಹತ್ತು ಜತೆ ಪಂದ್ಯದೆತ್ತುಗಳಿರುತಿದ್ದವು. ರಾಮನವಮಿಯ ಪಂದ್ಯಗಳಲ್ಲಿ ನಮ್ಮೂರ ಎತ್ತುಗಳೆಂದರೆ ಎಲ್ಲರಿಗೂ ನಡುಕ. ಈ ಕಥೆಯೊಳಗೆ ನನ್ನ ಬಾಲ್ಯದ ಕೆಲವು ನೆನಪುಗಳನ್ನು ಹಂಚಿಕೊಂಡಿದ್ದೇನೆ. ಕೆಲವು ತೀರಾ ಅತಿಯೆನಿಸುತ್ತವೆಯೆಂದು ಕೈಬಿಟ್ಟಿದ್ದೇನೆ. ಗ್ರಾಮೀಣ ಪ್ರದೇಶದಲ್ಲಿ ಸಾಗುವ ಕಥೆಯಾದ್ದರಿಂದ ರೈತಾಪಿ ಜನರ ಬೆವರುಪ್ಪಿನ ಆಡುಮಾತನ್ನೇ ಇಲ್ಲಿ ಬಳಸಿದ್ದೇನೆ.

ಇದು ಮೂರು ಪದರುಗಳಾಗಿ ಬಿಚ್ಚಿಕೊಳ್ಳುವ ಕಥೆ. ಗ್ರಾಮ್ಯ ಜೀವನ, ನಗರೀಕರಣ, ಈ ಎರಡರ ನಡುವೆ ಸಿಲುಕಿ ನಲುಗುತ್ತಿರುವ ಹಳೆ ಮತ್ತು ಹೊಸ ತಲೆಮಾರುಗಳು ಈ ಕಥೆಯಲ್ಲಿ ಕಾಣಸಿಗುತ್ತವೆ. ಈಗಿನ ಹುಡುಗರಿಗೆ ಹಾಲು – ಹೆಪ್ಪಿನ ಹನಿಯಿಂದ ಮೊಸರಾಗುವುದಕ್ಕೂ, ನಿಂಬೆಯ ರಸದಿಂದ ಒಡೆದುಹೋಗುವುದಕ್ಕೂ ವ್ಯತ್ಯಾಸವೇ ಗೊತ್ತಿಲ್ಲ. ನಮ್ಮ ಹಳ್ಳಿ ಬಿಟ್ಟು ಐವತ್ತು ವರ್ಷ ದಾಟಿದರೂ, ಅಲ್ಲಿಗೆ ಹೋದಾಗಲೆಲ್ಲಾ ನಾನಿನ್ನೂ ಅಲ್ಲಿಯ ಬೆಳೆಕುಪ್ಪೆ, ದನದ ಕೊಟ್ಟಿಗೆ, ಹುಲ್ಲು ಬಣವೆ, ಎತ್ತಿನಗಾಡಿಗಳ ಸುತ್ತಲೇ ತಿರುಗುತ್ತಿರುತ್ತೇನೆ. ದನಕಾಯುವ ಹುಡುಗರ ಆಟೋಟಗಳು, ಅವರು ಹಾಯಾಗಿ ಅಲೆಯುತ್ತಾ ಹೆಣೆದು ಹಾಡುವ ಪೋಲಿ ಹಾಡುಗಳು ನನ್ನ ಮನದಲ್ಲಿ ಮಾಸದೆ ಈಗಲೂ ಹಸಿರಾಗಿವೆ. ಒಂದು ಕಾಲಘಟ್ಟದ ಹಳ್ಳಿಗಳ ಗತವೈಭವದಲ್ಲಿನ ಒಂದು ಪಾರ್ಶ್ವವನ್ನು ಸ್ವಲ್ಪಾದರೂ ಪರಿಚಯಿಸಬೇಕೆಂಬುದು ನನ್ನ ಬಯಕೆ. ಓದುಗರು ಸಹೃದಯ ಭಾವದಿಂದ ಈ ಕಥೆಯನ್ನು ಬರಮಾಡಿಕೊಳ್ಳುತ್ತಾರೆ ಅಂದುಕೊಂಡಿದ್ದೇನೆ.

● ಶ್ರೀರಮಣ

ನಾಲ್ಕನೇ ಅನುವಾದ

'ನಾಲ್ಕನೇ ಎಕರೆ' ಶ್ರೀರಮಣರು ತೆಲುಗಿನಲ್ಲಿ ತೀರಾ ಇತ್ತೀಚಿಗೆ (2019) ಬರೆದ 'ನಾಲುಗೋ ಎಕರಂ' ಎಂಬ ನೀಳ್ಗತೆಯ ಕನ್ನಡಾನುವಾದ. ಅವರು ಕೆಲವೇ ಕೆಲವು ಕಥೆಗಳನ್ನು ಬರೆದರೂ ತೆಲುಗಿನ ಮುಖ್ಯ ಕಥೆಗಾರರಲ್ಲಿ ಒಬ್ಬರಾಗಿ ಗುರುತಿಸಿಕೊಂಡಿದ್ದಾರೆ. ತಮ್ಮ ಮೊದಲ ಕಥಾ ಸಂಕಲನ 'ಮಿಥುನಂ' (2000) ಪ್ರಕಟವಾದ ಬಳಿಕ, ಎರಡನೆಯ ಕಥಾ ಸಂಕಲನ 'ಸಿಂಹಾಚಲಂ ಸಂಪೆಂಗಲು' (2021) ಪ್ರಕಟವಾಗುವುದಕ್ಕೂ ಮುನ್ನ ಈ ನೀಳ್ಗತೆ ಪ್ರಕಟವಾಗಿದೆ. ಹಾಗೆ ನೋಡಿದರೆ ಅವರು ಬರೆದ ಬಹುಪಾಲು ಕಥೆಗಳು ನೀಳ್ಗಥೆಗಳೇ. 'ನೀಳ್ಗತೆ'ಯು ಅತ್ತ ಕಾದಂಬರಿಯೂ ಅಲ್ಲದ, ಇತ್ತ ಸಣ್ಣಕಥೆಯೂ ಅಲ್ಲದ ಮಧ್ಯಮ ಪ್ರಕಾರ. ಹಾಗೆಂದು ನೀಳ್ಗತೆ ಅಂದರೆ ಕಿರುಕಾದಂಬರಿ ಅಲ್ಲ ಎಂಬ ವಾದವೂ ಇದೆ. ಈ ವಾದವನ್ನು ಗಮನಿಸಿದಾಗ 'ನೀಳ್ಗತೆಯು ಕಾದಂಬರಿಯೆಂಬ ಒಂಟೆ ಹಾಕಿದ ಚಿಕ್ಕ ಮರಿಯಲ್ಲ, ಸಣ್ಣ ಕತೆಯೆಂಬ ಹಸು ಹಾಕಿದ ದೊಡ್ಡಕರು' ಎಂಬ ಜನಪ್ರಿಯ ಹೇಳಿಕೆಯು ನೆನಪಾಗುತ್ತದೆ.

'ನಾಲ್ಕನೇ ಎಕರೆ' ತುಂಬಾ ಸರಳವಾಗಿ ಸಾಗುವ ಎರಡು ಕುಟುಂಬಗಳ ಕಥೆ. ಕಾಲ ಓಡುತ್ತಾ ಹೋದಂತೆಲ್ಲಾ ಆಧುನಿಕತೆಯ ಭರಾಟೆಯಲ್ಲಿ ನೆಲದ ನಂಟನ್ನು ಅತಿ ಸುಲಭವಾಗಿ ಕಳೆದುಕೊಳ್ಳುವವರು ಕೆಲವರಾದರೆ, ಅತ್ತ ಹಳೆಯ ಸಂಪ್ರದಾಯಗಳನ್ನು ಬಿಡಲಾಗದೆ,

ಇತ್ತ ಆಧುನಿಕತೆಗೆ ಪೂರ್ತಿಯಾಗಿ ತೆರೆದುಕೊಳ್ಳಲಾಗದೆ ಈ ಎರಡರ ನಡುವೆ ಒದ್ದಾಡುವವರು ಇನ್ನೂ ಕೆಲವರು. ಇಂಥವರ ತಾಕಲಾಟವನ್ನು ಚಿತ್ರಿಸಲೆಂದೇ ಈ ಕಥೆಯನ್ನು ಬರೆದಿರುವುದಾಗಿ ಲೇಖಕರು ತಮ್ಮ ಮಾತಿನಲ್ಲಿ ಹೇಳಿದರೂ, ಕಥೆಯನ್ನು ಓದಿದ ಮೇಲೆ ಅದು ಅರ್ಧ ಸತ್ಯವೆನಿಸುತ್ತದೆ. ಏಕೆಂದರೆ ನಾವಿಂದು ಕಳೆದುಕೊಳ್ಳುತ್ತಿರುವುದು ನೆಲದ ನಂಟನ್ನಷ್ಟೇ ಅಲ್ಲ, ನೆಲದ ಭಾಷೆಯನ್ನೂ ಸಹ. ಅಂಥಾ ನೆಲದ ಭಾಷೆಯನ್ನು ಲೇಖಕರು ಇಲ್ಲಿನ ಸಂಭಾಷಣೆಗಳಲ್ಲಿ, ಸನ್ನಿವೇಶಗಳಲ್ಲಿ ಕಟ್ಟಿಕೊಡಲು ಅದೆಷ್ಟು ಪ್ರಯತ್ನಿಸಿದ್ದಾರೆ ಎಂಬುದು ಕಥೆಯ ಪ್ರತಿ ಸಾಲಲ್ಲೂ ಅರ್ಥವಾಗುತ್ತದೆ. ಜೊತೆಗೆ ಪಲ್ಲಟಗೊಳ್ಳುತ್ತಿರುವ ಗ್ರಾಮ್ಯ ಬದುಕಿನ ಬಗೆಗಿನ ತಾಕಲಾಟದ ಚಿತ್ರಣಕ್ಕಿಂತಲೂ, ಗ್ರಾಮೀಣ ಪರಿಸರದ ದಟ್ಟ ವಿವರಗಳು, ಮರೆಯಾಗುತ್ತಿರುವ ಸಂಪ್ರದಾಯಗಳು, ಹಳೆಯ ವಸ್ತುಗಳು, ನಗರವಾಸಿಗಳಿಗೆ ಗೊತ್ತೇಯಿರದ – ಹಳ್ಳಿಯಲ್ಲಿ ನಡೆವ ಸರ್ವೇಸಾಮಾನ್ಯ ಘಟನೆಗಳನ್ನು ಅತ್ಯಂತ ಸೊಗಸಾಗಿ ಪೋಣಿಸಿದ್ದಾರೆ. ಆ ವಿವರಗಳೇ ಇಲ್ಲಿ ಅಗ್ರಸ್ಥಾನ ಪಡೆದಿವೆ.

ಇಲ್ಲಿ ಹಳೆಯ ಬೇಸಾಯ ಪದ್ಧತಿಗಳ ಅವಸಾನದ ಜೊತೆಜೊತೆಗೆ ದೇವಾಲಯಗಳ ಅವಸಾನವನ್ನೂ ಲೇಖಕರು ಚಿತ್ರಿಸಲು ಪ್ರಯತ್ನಿಸುತ್ತಿದ್ದಾರೇನೋ ಎಂದು ಕೆಲವಡೆ ಅನಿಸುತ್ತದೆ. 'ಪೆದಕಾಪು' ಪಾತ್ರವು ಬೇಸಾಯ ಪದ್ಧತಿಗಳ ಅವಸಾನಕ್ಕೆ ಸಾಕ್ಷಿಯಾದರೆ, 'ಕೃಷ್ಣಸ್ವಾಮಿ' ಪಾತ್ರವು ದೇವಾಲಯಗಳ ಅವಸಾನಕ್ಕೆ ಸಾಕ್ಷಿಯಾಗಿ ನಿಲ್ಲುತ್ತದೆ. ಪ್ರಶಾಂತವಾಗಿದ್ದ ಗ್ರಾಮದೊಳಗೆ ನಗರೀಕರಣ, ಗೋಳೀಕರಣಗಳು ಏಕಾಏಕಿ ಲಗ್ಗೆಯಿಟ್ಟಾಗ, ಅದರ ಪರಿಣಾಮವಾಗಿಯೇ ಸುಶಿಕ್ಷಿತನಾದ ಕಥೆಯ ನಿರೂಪಕ ಮಾಧವಸ್ವಾಮಿ ತನ್ನದೇ ನೆಲಕ್ಕೆ ಮರಳಿದರೆ, ತನ್ನ ನೆಲವನ್ನು ಬಿಟ್ಟಿರಲಾರದೆ ಶಿಕ್ಷಣವನ್ನು ಅರ್ಧಕ್ಕೆ ಬಿಟ್ಟು ಬಂದ ಸಾಂಬಶಿವರಾವು ತನ್ನ ನೆಲವನ್ನೇ ಕಳೆದುಕೊಳ್ಳುತ್ತಾನೆ. ನೀಳ್ಗತೆಯ ಮೊದಮೊದಲ ಪುಟಗಳಲ್ಲಿ ಕಾಣಸಿಗುವ ಹಾವು–ಹದ್ದುಗಳು, ನಗರೀಕರಣ ಹಾಗೂ ಗೋಳೀಕರಣದ ದುರಂತ ರೂಪಕಗಳಾಗಿ ಪೆದಕಾಪಿನ ಕಣ್ಣ ಬೆಳಕಿನ ಮೂಲಕ ಕೊನೆಯಲ್ಲಿ ಮತ್ತೊಮ್ಮೆ ಕಾಣಸಿಗುತ್ತವೆ.

ಮೇಲಿನ ಎಲ್ಲ ಮಾತುಗಳಿಗಾಚೆ ಈ ನೀಳ್ಗತೆಯಲ್ಲಿ ಮುಖ್ಯವಾಗಿ ಎದ್ದು ಕಾಣುವ ತೊಡಕೆಂದರೆ ನಿರೂಪಣಾ ತಂತ್ರ. ಬಹುಪಾಲು ಭಾಗಗಳಲ್ಲಿ ಉಪನ್ಯಾಸಕನಾದ ಮಾಧವಸ್ವಾಮಿಯೇ ಕಥೆಯನ್ನು ನಿರೂಪಿಸಿದರೆ, ಎರಡು–ಮೂರು ಕಡೆ ಲೇಖಕ ನಡುವೆ ನುಸುಳಿ ಕಥೆ ನಿರೂಪಣೆಯನ್ನು ತಮ್ಮ ನೆತ್ತಿಗೆ ಎತ್ತಿಕೊಳ್ಳುತ್ತಾರೆ. ಅದಲ್ಲದೆ ಕಥೆಯು ಕೆಲವು ಕಡೆ ನೇರಾನೇರ ಕಥನದಂತೆ ಸಾಗಿದರೆ, ಇನ್ನೂ ಕೆಲವಡೆ ತೀರಾ ಲಲಿತಪ್ರಬಂಧದ ಮಾದರಿಯಲ್ಲಿ ಸಾಗುತ್ತದೆ. ಪಾತ್ರಗಳ ಮನಸ್ಥಿತಿಯನ್ನು ಇನ್ನಷ್ಟು ಸಾವಧಾನದಿಂದ ಚಿತ್ರಿಸಬಹುದಿತ್ತು ಎನಿಸುತ್ತದೆ. ಚಿಟ್ಟೆಮ್ಮ, ಪೆದಕಾಪಮ್ಮ, ಕೃಷ್ಣಸ್ವಾಮಿಯ ಮಡದಿಯ ಬಗೆಗಿನ ಹೆಚ್ಚಿನ ವಿವರುಗಳು ಕಥೆಯಲ್ಲಿ ಅಲಭ್ಯವಾಗಿವೆ. ಆ ಒಳವಿವರಗಳು ಇದ್ದಲ್ಲಿ ಈ ಪಾತ್ರಗಳನ್ನು ಮತ್ತಷ್ಟು ಆಳಕ್ಕಿಳಿದು ನೋಡಲು ಸಾಧ್ಯವಾಗುತ್ತಿತ್ತು.

●

ಈಗ್ಗೆ ಮೂರು–ನಾಲ್ಕು ತಿಂಗಳಿನ ಹಿಂದೆ ವಸುಧೇಂದ್ರರು ಈ ಪುಸ್ತಕದ ಬಗ್ಗೆ ಹೇಳಿ, ಅದನ್ನು 'ಛಂದ ಪುಸ್ತಕ'ಕ್ಕಾಗಿ ಅನುವಾದಿಸಲು ಸಾಧ್ಯವೇ ಎಂದು ಕೇಳಿದಾಗ, ನನಗೆ ಉತ್ತರ ನೀಡಲು ಅನೇಕ ದಿನಗಳೇ ಹಿಡಿಯಿತು. ಈ ಹಿಂದೆ ಅವರೇ ಕನ್ನಡೀಕರಿಸಿದ ಶ್ರೀರಮಣರ 'ಮಿಥುನ' ಕೃತಿಯು ಕನ್ನಡದಲ್ಲಿ ಆರೇಳು ಮುದ್ರಣಗಳನ್ನು ಕಂಡಿತಲ್ಲದೆ, ನಾಲ್ಕು ಬೇರೆ ಬೇರೆ ತಂಡಗಳಿಂದ ನಾಟಕವಾಗಿಯೂ ಪ್ರದರ್ಶನಗೊಂಡು ದೊಡ್ಡ ಯಶಸ್ಸನ್ನೇ ಪಡೆಯಿತು. ಅಂಥಾ 'ಮಿಥುನ'ದ ಕಥೆಗಳೆದರು ಈ ನೀಳ್ಗತೆಯು ನನಗೆ ಸ್ವಲ್ಪ ಸಪ್ಪೆಯಾಗಿ ತೋರಿತಾದರೂ ಕಥೆಯ ಭಾಷೆ ನನ್ನನ್ನು ಬಹುವಾಗಿ ಸೆಳೆಯಿತು. ದಟ್ಟವಾದ ಗ್ರಾಮ್ಯ ಭಾಷೆಯೊಂದಿಗೆ, ತಿಳಿಹಾಸ್ಯ ಬೆರೆಸಿ ಹೇಳುವ ಶ್ರೀರಮಣರ ಶೈಲಿ ವಿಭಿನ್ನವಾದುದು. ಇದಲ್ಲದೆ ನಮ್ಮದೂ ರೈತಾಪಿ ಕುಟುಂಬವೇ ಆದ್ದರಿಂದ ಕಥೆಯಲ್ಲಿ ಬರುವ ಹಲವಾರು ವಿವರಗಳು ನನ್ನನ್ನು ಕಥೆಯ ಜೊತೆ ಗುರುತಿಸಿಕೊಳ್ಳುವಂತೆ ಮಾಡಿದವು.

ಹೀಗಿದ್ದೂ ನಾನಿದನ್ನು ಕನ್ನಡಕ್ಕೆ ಸಶಕ್ತವಾಗಿ ಅನುವಾದಿಸಬಲ್ಲೆನೆ ಎಂಬ ಭಯ ಅನುವಾದ ಮಾಡಿ ಮುಗಿಸುವ ವರೆಗೂ ನನ್ನನ್ನು

ತೀವ್ರವಾಗಿ ಕಾಡುತ್ತಲೇಯಿತ್ತು. ಭಯಕ್ಕೆ ಕಾರಣ ಈ ಕೃತಿಯ ಅನುವಾದಾತೀತ ಅಂಶಗಳು. ಯಾವುದೇ ಅನುವಾದಕ ಭಾಷಿಕ ಅನುವಾದಾತೀತತೆ ಹಾಗೂ ಸಾಂಸ್ಕೃತಿಕ ಅನುವಾದಾತೀತತೆಗಳ ವಿರುದ್ಧ ಸೆಣಸಾಡಲೇಬೇಕು. ಈ ಸೆಣಸಾಟ ಕೃತಿಯಿಂದ ಕೃತಿಗೆ, ಅನುವಾದಕನಿಂದ ಅನುವಾದಕನಿಗೆ ಬೇರೆ-ಬೇರೆಯೇ ಆಗಿರುವುದು. ಈ ಅನುವಾದಾತೀತತೆಯನ್ನು ಹಂತಹಂತವಾಗಿ ಜಯಿಸುತ್ತಾ ಹೋದಾಗ ಮನಸ್ಸು ಹಗುರಾಗತೊಡಗಿತು.

ಈ ನೀಳ್ಗತೆಯ ಉದ್ದಕ್ಕೂ ಬರುವ 'ಪೆದಕಾಪು' ಎಂಬ ಪಾತ್ರದ ನಿಜನಾಮ ರಾಘವಯ್ಯ. 'ಪೆದಕಾಪು' ಪದದ ಪದಶಃ ಅನುವಾದ ದೊಡ್ಡರೈತ. ಕನ್ನಡದಲ್ಲಿ 'ಹಿರೇಗೌಡ' ಇದ್ದ ಹಾಗೆ. ಅದೊಂದು ಅಂಕಿತ ನಾಮವೇನೋ ಎನ್ನುವಷ್ಟರ ಮಟ್ಟಿಗೆ ಲೇಖಕರು ಆ ಹೆಸರನ್ನು ಕಥೆಯಲ್ಲಿ ಬಳಸಿದ್ದಾರೆ. ಕನ್ನಡ ಓದುಗರನ್ನು ಮನಸ್ಸಿನಲ್ಲಿಟ್ಟುಕೊಂಡು 'ಪೆದಕಾಪು' ಪದವನ್ನು 'ಹಿರೇಗೌಡ' ಮಾಡಿಬಿಟ್ಟರೆ, 'ರಾಘವಯ್ಯ' ಎಂಬ ಹೆಸರೇ ಅರ್ಥಹೀನವಾಗುತ್ತದೆ. ಆಗ ರಾಘವಯ್ಯ ಹೆಸರನ್ನು, ರಾಘೇಗೌಡವೆಂದೂ, ಸಾಂಬಶಿವರಾವು ಹೆಸರನ್ನು ಶಿವನಗೌಡ ಎಂದೂ ಬದಲಿಸಬೇಕಾಗುತ್ತದೆ. ಈ ಹಿಂದೆ ತೇಜಸ್ವಿಯವರ 'ಕೃಷ್ಣೇಗೌಡನ ಆನೆ'ಯನ್ನು ತೆಲುಗಿಗೆ ಅನುವಾದಿಸಿದ ಶಾಖಮೂರಿ ರಾಮಗೋಪಾಲರು 'ಗೌಡ' ಪದವನ್ನು 'ರೆಡ್ಡಿ'ಯಾಗಿಸಿ 'ಕೃಷ್ಣಾರೆಡ್ಡಿಗಾರಿ ಏನುಗು' ಎಂದು ಶೀರ್ಷಿಕೆ ಕೊಟ್ಟಿದ್ದರು. ಅದು ಅವರಿಗೆ ಬಿಟ್ಟಿದ್ದು. ಆದರೆ ಮೂಲ ಕೃತಿಯೊಳಗಿನ ನಾಮಪದಗಳನ್ನು ಅನುವಾದಿಸುವುದೋ, ಬದಲಿಸುವುದೋ ನನಗೆ ಇಷ್ಟವಿಲ್ಲ. ಹಾಗಾಗಿ ಪೆದಕಾಪನ್ನು ಅನುವಾದಲ್ಲಿಯೂ 'ಪೆದಕಾಪು' ಎಂದೇ ಉಳಿಸಿಕೊಂಡಿದ್ದೇನೆ. ಈ ಕೃತಿಯಲ್ಲಿ ಶ್ರೀರಮಣರು ಬಳಸಿದ ಭಾಷೆ ಗುಂಟೂರು ಸೀಮೆಯ ತೆನಾಲಿ ಪ್ರಾಂತದ್ದು. ನಾನು ಅನುವಾದದಲ್ಲಿ ನನ್ನ ನೆಲದ ಭಾಷೆಯಾದ ರಾಯಚೂರು ಪ್ರಾಂತದ ಆಡುಮಾತನ್ನು ಬಳಸಿದ್ದೇನೆ. ಒಂದು ವೇಳೆ ನಾನಲ್ಲದೆ ಕರ್ನಾಟದ ಬೇರೆ ಬೇರೆ ಪ್ರಾಂತದವರು ಇದನ್ನು ಅನುವಾದಿಸಿದರೆ, ಇದೇ ಕಥೆಯು ನಮಗೆ ಮಲೆನಾಡು ಕನ್ನಡ, ಮೈಸೂರು-ಮಂಡ್ಯದ ಕನ್ನಡ, ಕೋಲಾರ

ಕನ್ನಡ, ಕಲ್ಬುರ್ಗಿ ಕನ್ನಡ – ಹೀಗೆ ಬೇರೆ ಬೇರೆ ಉಪಭಾಷೆಗಳಲ್ಲಿ ಓದಲು ಸಿಗುತ್ತದೆ. ಆಗ ಈ ಪದ್ಯಗಳ 'ತೌಲನಿಕ ಅನುವಾದ' ಎಷ್ಟೊಂದು ಕುತೂಹಲಕಾರಿ.

'ನಾಲ್ಕನೇ ಎಕರೆ' ನನ್ನ ನಾಲ್ಕನೇ ಅನುವಾದ. ನಾನು ಇದುವರೆಗೂ ಮಾಡಿದ ಅನುವಾದಗಳಿಗಿಂತ ಈ ಅನುವಾದ ಸುಲಭವಾಗಿರಲಿಲ್ಲ. ಹಾಗೆ ನೋಡಿದರೆ ಅನುವಾದದ ಕೆಲಸವೇ ಸುಲಭವಲ್ಲ. ಎಡ್‌ವರ್ಡ್ ಫಿಟ್'ಜೆರಾಲ್ಡ್, ಪರ್ಷಿಯನ್ ಕವಿ ಉಮರ್ ಖಯ್ಯಾಮಿನ ರುಬಾಯಿಗಳನ್ನು ಇಂಗ್ಲೀಷಿಗೆ ಅನುವಾದಿಸಿ, ಅದಕ್ಕೆ ಬರೆದ ಪ್ರಸಿದ್ಧ ಮುನ್ನುಡಿಯಲ್ಲಿ 'ಸತ್ತ ಹದ್ದಿಗಿಂತಲೂ, ಜೀವಂತ ಗುಬ್ಬಿ ಮೇಲು' ಎಂದು ಅಭಿಪ್ರಾಯಪಟ್ಟಿದ್ದಾನೆ. ನನ್ನ ಅನುವಾದ ನಿಮಗೆ ಜೀವಂತ ಗುಬ್ಬಿಯಾಗಿ ತೋರಿದರೆ ಖುಷಿಯೇ. ಒಂದು ವೇಳೆ ಸತ್ತ ಹದ್ದಿನ ಹಾಗೆ ತೋರಿದರೆ, ಅದಕ್ಕೆ ಮರಳಿ ಜೀವ ತುಂಬುವ ಕಲೆಯೂ ಈ ಅನುವಾದಕನ ಕೈಯಲ್ಲೇ ಇದೆ.

ಕೃತಿಯ ಲೇಖಕರಾದ ಶ್ರೀರಮಣರು ಮೂಲ ಪದ್ಯದೊಳಗಿನ ಕೆಲ ಸಂದೇಹಗಳನ್ನು ನೀಗಿಸಿದ್ದಲ್ಲದೆ ನನಗೆ ಪ್ರೋತ್ಸಾವನ್ನೂ ನೀಡಿದ್ದಾರೆ, ಅವರಿಗೆ ನನ್ನ ವಂದನೆಗಳು. ಈ ಕೃತಿಯನ್ನು ಅನುವಾದಿಸಲು ಒಪ್ಪಿಕೊಂಡ ಮೇಲೆ, ಪ್ರತಿಯೊಂದು ಹಂತದಲ್ಲೂ ನನಗೆ ಪ್ರೋತ್ಸಾಹ ನೀಡಿ, ಪದ್ಯವನ್ನು ಪರಿಷ್ಕರಿಸಿ, ತಮ್ಮ 'ಛಂದ ಪುಸ್ತಕ'ದ ಮೂಲಕ ಇದನ್ನು ಹೊರತರುತ್ತಿರುವ ವಸುಧೇಂದ್ರ ಅವರಿಗೂ ನನ್ನ ವಂದನೆಗಳು. ಮೊದಲ ಸುತ್ತಿನ ಪದ್ಯವನ್ನು ಕೂಲಂಕಷವಾಗಿ ತಿದ್ದಿ ಹಲವು ಸಲಹೆಗಳನ್ನು ನೀಡಿದ ಶ್ರೀಕಾಂತ ಉಡುಪರಿಗೆ ವಂದನೆಗಳು. ಸುಂದರವಾದ ಮುಖಪುಟವನ್ನು ಸೃಜಿಸಿದ ಶ್ವೇತಾ ಆಡುಕಳ ಅವರಿಗೂ, ಅಂದಚಂದದ ರೇಖಾಚಿತ್ರಗಳನ್ನು ಬರೆದುಕೊಟ್ಟ ಆತ್ಮೀಯರಾದ ಸೃಜನ್ ಅವರಿಗೂ, ಕರಡು ತಿದ್ದಿದ ಲಕ್ಷ್ಮಣ ಬಾದಾಮಿ ಅವರಿಗೂ, ಮುದ್ರಕರಾದ ಸ್ವಾನ್ ಪ್ರಿಂಟರ್ಸ್‌ನ ಕೃಷ್ಣಮೂರ್ತಿಯವರಿಗೂ, ಈ ಕೃತಿಯ ಅನುವಾದದಲ್ಲಿ ನೆರವಾದ ಎಲ್ಲರಿಗೂ ನನ್ನ ವಂದನೆಗಳು.

• ಅಜಯ್ ವರ್ಮಾ ಅಲ್ಲೂರಿ

ನಾಲ್ಕನೇ ಎಕರೆ

1

ಎಳೆ ಬಿಸಿಲಲ್ಲಿ ಕಾಲೇಜು ಮೆಟ್ಟಿಲುಗಳ ಮೇಲೆ ಒಂದು ಬದಿಯಲ್ಲಿ ನಡೆದುಬರುತ್ತಾ ಸಾಂಬಶಿವರಾವು ನನಗೆ ಎದುರಾದ.

"ಏನಿದು ಬೆಳ್ಳಂಬೆಳಗ್ಗೆ?" ಎನ್ನುತ್ತಾ ಮಾತಿಗೆಳೆದೆ.

"ನಿಮ್ಮ ಸಲುವಾಗೇ, ಇವತ್ತು ಹಳ್ಳೀಗ್ ಹೊಂಟೀನಿ"

"ಹೌದಾ, ಹೋಗಿಬಾ. ಏನಾದ್ರೂ ಅರ್ಜಂಟು ಕೆಲಸಾನಾ ಹೆಂಗ?"

"ನಿನ್ನೆ ರಾತ್ರಿ ನಮ್ ಊಳೆತ್ತುಗೊಳು ಕನಸಾಗ ಕಂಡಾವ್ರೀ" ಸಾಂಬಶಿವರಾವು ಎತ್ತಲೋ ನೋಡುತ್ತಾ ಹೇಳಿದ.

ನಾನೊಂದು ಕ್ಷಣ ಅವಾಕ್ಕಾದರೂ, ಸಂತಸಗೊಂಡೆ. ಒಂದು ಮೆಟ್ಟಿಲಿಳಿದು, ಅವನ ಭುಜದ ಮೇಲೆ ಕೈಯಿಟ್ಟು, "ಖರೇ ರೈತನ ಮಗ ಅನಸ್ತೀ ನೋಡು, ಹೋಗಿಬಾ" ಎನ್ನುತ್ತಾ ಕಿರುನಕ್ಕು ಕಳುಹಿಸಿದೆ. ಹಿಂದಿರುಗಿ ನೋಡದೆ ಗಡಿಬಿಡಿಯಲ್ಲಿ ಮೆಟ್ಟಿಲಿಳಿದು ಹೋಗುತ್ತಿದ್ದ ಅವನನ್ನು ಹಾಗೇ ನೋಡುತ್ತಾ ನಿಂತುಬಿಟ್ಟೆ.

ನಮ್ಮ ಹಳ್ಳಿಯಿಂದ ರಸ್ತೆಯಿಂದಾದರೆ ಎರಡು ತಾಸು, ರೈಲಲ್ಲಾದರೆ ಒಂದು ತಾಸು ಪ್ರಯಾಣದ ದೂರದಲ್ಲಿ ನಮ್ಮ ಕಾಲೇಜಿನ ಟೌನಿದೆ. ತುಂಬಾ ಪ್ರಸಿದ್ಧವಾದ ಹಳೆಯ ಕಾಲದ ಕಾಲೇಜು. ಎಂ.ಎಸ್ಸಿ ಮುಗಿದ ಮೇಲೆ ಅಲ್ಲಿಯೇ ಜ್ಯೂನಿಯರ್

ಲೆಕ್ಚರರ್ರಾಗಿ ಕೆಲಸ ಸಿಕ್ಕಿತು. ಓದಿದ ಕಾಲೇಜಲ್ಲಿಯೇ ಕೆಲಸ ಸಿಕ್ಕಿದ್ದು ವರದಂತೆಯೇ ತೋರುತ್ತಿತ್ತು. ಅಲ್ಲಿಯ ತನಕ ಪಾಠ ಮಾಡಿದ್ದ ಗುರುಗಳೆಲ್ಲಾ ಅಡಿಗಡಿಗೂ ಶಿಷ್ಯವಾತ್ಸಲ್ಯದಿಂದ ಮಾತನಾಡಿಸುತ್ತಿದ್ದರೆ, ಅಮ್ಮನ ಮಡಿಲಲ್ಲಿ ಮಲಗಿದಷ್ಟು ಹಿತವೆನಿಸುತಿತ್ತು.

ನಮ್ಮೂರ ಸ್ಥಿತಿವಂತ ಕುಟುಂಬದ ರಾಘವಯ್ಯನವರ ಮಗ ಈ ಸಾಂಬಶಿವರಾವು. ರಾಘವಯ್ಯ ತುಂಬಾ ನಿಯತ್ತಿನ ರೈತ. ಹಾಗೆಂದೇ ಎಲ್ಲರೂ ಅವರನ್ನು 'ಪೆದಕಾಪು', ಅಂದರೆ ಹಿರೇಗೌಡ, ಎಂದು ಕರೆಯುತ್ತಿದ್ದರು. ಶಿವ ನಮ್ಮ ಪಕ್ಕದೂರಿನ ಜೂನಿಯರ್ ಕಾಲೇಜಿನಲ್ಲಿ ಪಿ.ಯೂ.ಸಿ ಹೇಗೋ ಪಾಸಾಗಿ, ಮುಂದೆ ಯಾವ 'ನೀಟು-ಸೆಟ್'ಅನ್ನೂ ದಾಟಲಾಗದೆ ನಮ್ಮ ಕಾಲೇಜಿಗೆ ಬಂದುಬಿಟ್ಟಿದ್ದ.

ಲಾಂಗ್‌ಟರ್ಮಿನತ್ತ ನೋಡುತ್ತಿದ್ದವನಿಗೆ, "ಪರ್ವಾಗಿಲ್ಲ ಬಿಡಪ್ಪಾ ಶಿವಾ, ಬರೀ ಎಂಟ್ರೆನ್ಸುಗಳಲ್ಲೇ ಓದುಗೀದು ಮುಗಿಯಲ್ಲ, ಬ್ಯಾರೆ ಓದೋವು ಇನ್ನೂ ಗುಡ್ಡದಷ್ಟಿದಾವ" ಎಂದು ಧೈರ್ಯ ಹೇಳಿದ್ದೆ.

"ಹಂಗಾದ್ರ, ನಿಮ್ ತಕ್ಕೇ ಇಟ್ಕಂಬಿಡ್ರಿ. ಬೇಸು ನೋಡ್ಕಳ್ರಿ" ಎಂದಿದ್ದರು ಪೆದಕಾಪು.

ಅವರ ಮಾತನ್ನು ತಳ್ಳಿಹಾಕುವುದು ಸರಳವಲ್ಲ. ನಮ್ಮೆರಡೂ ಕುಟುಂಬಗಳ ನಡುವೆ ಹಲವು ತಲೆಮಾರುಗಳಿಂದ ಒಳ್ಳೆಯ ನಂಟು ಬೆಳೆದುಬಂದಿತ್ತು. ಮೇಲಾಗಿ ಶಿವ ಚಿಕ್ಕಂದಿನಿಂದಲೂ ನನಗೆ ಚೆನ್ನಾಗಿ ಗೊತ್ತು. ಅಕ್ಕರೆಯಿಂದ ಬೆಳೆದವನು. ಅಷ್ಟು ಸುಲಭವಾಗಿ ಯಾರೊಡನೆಯೂ ಬೆರೆಯುವವನಲ್ಲ. ಬೆರೆತನೆಂದರೆ ಬಿಡುತ್ತಿರಲಿಲ್ಲ. ನಾನು ಅವನಿಗಿಂತಲೂ ಹತ್ತು-ಹನ್ನೆರಡು ವರ್ಷ ದೊಡ್ಡವನು. ನಾನೆಂದರೆ ಅವನಿಗೆ ಸ್ವಲ್ಪ ಸಲಿಗೆ, ಪ್ರೀತಿ ಮತ್ತು ಗೌರವ.

ನಮ್ಮೂರಿನ ವೇಣುಗೋಪಾಲಸ್ವಾಮಿ ಗುಡಿಗೆ ನಾವು ವಂಶಪಾರಂಪರ್ಯವಾಗಿ ಪೌರೋಹಿತ್ಯದ ಕೆಲಸ ಮಾಡುತ್ತಾ ಬಂದಿದ್ದೇವೆ. ನಮ್ಮಪ್ಪ ಕೃಷ್ಣಸ್ವಾಮಿ ಪರಮವೈಷ್ಣವರು. ಅಪ್ಪನ ಅತಿಯಾದ ಆಚಾರಕ್ಕೆಲ್ಲಾ ಅಮ್ಮ ಭಕ್ತಿಯಿಂದ ಆರತಿ ಎತ್ತುತ್ತಾಳೆ. 'ನಿತ್ಯ ಹೂತತಂಗಡಿ ಗಿಡದ ಹಾಗೆ ಪೂಜಾರಮ್ಮ ಗುಡಿಯ ಆವರಣಕ್ಕೇ ಶೋಭೆ' ಎಂದು ಊರವರೆಲ್ಲಾ ಅಂದುಕೊಳ್ಳುತ್ತಾರೆ.

ಗುಡಿಯ ಪ್ರಾಕಾರದೊಳಗೇ ನಮ್ಮ ಮನೆ. ನಾನೂ, ನನ್ನ ಹೆಂಡತಿ ವಲ್ಲಿ ಎರಡು ವಾರಕ್ಕೊಮ್ಮೆ ನಮ್ಮ ಹಳ್ಳಿಗೆ ಹೋಗುತ್ತಿದ್ದೆವು. ಅಷ್ಟಕ್ಕೇ ಅಪ್ಪ-ಅಮ್ಮ ಎಷ್ಟೋ ದಿನವಾದಂತೆ ನಮಗಾಗಿ ಎದುರುನೋಡುತ್ತಿದ್ದರು. ಮನೆ ತಲುಪುತ್ತಲೇ ವಲ್ಲಿ ಗುಡಿಯ ಕೆಲಸದಲ್ಲಿ ತೊಡಗಿಸಿಕೊಳ್ಳುತ್ತಿದ್ದಳು. ಅಪ್ಪ ಮಾತ್ರ "ನಂ ಸೊಸೆ ನಮ್ ವೇಣುಗೋಪಾಲನ ಸೇವೆಯಲ್ಲಿ ಮುಳಿಗೋಗಿದಾಳ" ಎಂದು ಸಂತಸದಿಂದ ತೇಲಿಹೋಗುತ್ತಿದ್ದರು. ಸೊಸೆಯು ದೇವತಾರ್ಚನೆಯ ಸಾಮಗ್ರಿಯನ್ನು ಚೆನ್ನಾಗಿ ಹುಣಸೆ ಹಣ್ಣಿಟ್ಟು ತೊಳೆಯುವುದು, ಎರಡೂ ಹೊತ್ತು ಎರಡೆರಡು ನೈವೇದ್ಯಗಳು ಆಗುವುದು ಕಂಡು ಅಪ್ಪನಿಗೆ ಬ್ರಹ್ಮಾನಂದವಾಗುತಿತ್ತು. 'ಸಕಲ ವಿದ್ಯೆಗಳನು ಬಲ್ಲ ಚಂದವಳ್ಳಿ ನನ ವಲ್ಲೀ' ಎಂದು ರಾಗವೆಳೆಯುತ್ತಾ ನಾನೂ ಅವಳಿಗೆ ಕೈಜೋಡಿಸುತ್ತಿದ್ದೆ. ಅತ್ತ ಅತ್ತೆ-ಮಾವಂದಿರನ್ನು ಭಕ್ತಿಯಿಂದ, ಇತ್ತ ಪತಿಯನ್ನು ರಕ್ತಿಯಿಂದ ಏಕಕಾಲದಲ್ಲಿ ಸೇವಿಸುತ್ತಿದ್ದ ವಲ್ಲಿ ನನಗೆ ಸಮ್ಮೋಹಕವಾಗಿ ಕಾಣುತ್ತಿದ್ದಳು.

ಹಳ್ಳಿಗೆ ಬಂದರೆ ಪೆದಕಾಪು ಮನೆಗೆ ಹೋಗಲೇಬೇಕು, ಸ್ವಲ್ಪಹೊತ್ತು ಮಾತುಕತೆ ನಡೆಯಲೇಬೇಕು. ನನ್ನಪ್ಪ ಕೃಷ್ಣಸ್ವಾಮಿಯು

ಪೆದಕಾಪು ಮನೆಗೆ ದೊಡ್ಡ ಆಸರೆ. ಆ ಮನೆಯಲ್ಲಿ ಯಾವ ಸಣ್ಣಪುಟ್ಟ ಸಮಸ್ಯೆಯಿದ್ದರೂ, ಸಂತೋಷವಿದ್ದರೂ ಅಪ್ಪನೊಡನೆ ಹಂಚಿಕೊಂಡಾಗಲೇ ಅದಕ್ಕೆ ಮುಕ್ತಿ ದೊರೆಯುತಿತ್ತು.

ಸಾಂಬಶಿವರಾವು ಹಳ್ಳಿಗೆ ಹಿಂತಿರುಗಿ ದಿನಗಳು ಉರುಳಿ ವಾರಗಳು ಕಳೆದರೂ ಸದ್ದೇ ಇರಲಿಲ್ಲ. ಆ ಸಲ ಹಳ್ಳಿಗೆ ಹೋದೊಡನೆಯೇ ಅವರ ಮನೆಗೆ ಹೋದೆ. 'ಎಲ್ಲಾ ನಮ್ ಅದೃಷ್ಟ, ನಮ್ ಮಗ ಕೊನೀಗೂ ನಮ್ಮನಿಗೆ ಬಂದುಬಿಟ್ಟ'ನೆಂದು ತಂದೆ–ತಾಯಿಗಳು ಬಲು ಹಿಗ್ಗಿನಿಂದಿದ್ದರು. ತೀರ್ಥಯಾತ್ರೆಯಲ್ಲಿ ಕಳೆದುಹೋದ ಮಗುವೊಂದು ತಿರುಗಿ ಬಂದಂತಿತ್ತು ಅವರ ವೈಖರಿ. ನಾನು ಏನೂ ಮಾತನಾಡದೆ ಅವರನ್ನೇ ಗಮನಿಸುತ್ತಿದ್ದೆ.

ಶಿವ ಕಾಣಿಸಿದ. ತುಂಬಾ ಉತ್ಸುಕತೆಯಿಂದಿದ್ದ. ಬಣ್ಣಬಣ್ಣದ ಲುಂಗಿಯ ಮೇಲೆ ತೋಳು ಮೇಲಕ್ಕೆ ಮಡಿಚಿದ ಅಂಗಿ, ಕೈಬೆರಳುಗಳಿಂದಲೇ ತೀಡಿದ ಕ್ರಾಪು, ಜವಾರಿ ಚಪ್ಪಲಿ ಧರಿಸಿ ಥೇಟು ದೇಸೀ ಹುಡುಗನಂತಿದ್ದ. ಮನೆಯ ಬಗೆಗಿನ ದಿಗಿಲೆಲ್ಲಾ ಕಳೆಯಿತೇನೋ ಎಂಬಂತೆ ಬುಟ್ಟಿಯಿಂದ ಹೊರಬಿದ್ದ ಕೋಳಿಯಂತೆ ಜಾಲಿಯಾಗಿದ್ದ.

ಮಾತು ಮಾತು ಮಾತು. ಮರಳಿ ಕಾಲೇಜಿಗೆ ಯಾಕೆ ಬರಲಿಲ್ಲವೆಂದು ನಾನು ಕೇಳಲೂ ಇಲ್ಲ, ಅವನು ಹೇಳಲೂ ಇಲ್ಲ. ನನ್ನೊಡನೆ ಗುಡಿಯವರೆಗೂ ನಡೆದು ಬಂದ, ಗಾಳಿಗೋಪುರದ ಬಳಿ ಹಿಂತಿರುಗಲು ಚಡಪಡಿಸಿದ. ಗಾಳಿಗೋಪುರದ ಪಡಿ ದಾಟುತ್ತಾ "ನೀ ಬಾಳ ಅದೃಷ್ಟವಂತ ಅದೀ ಶಿವಾ, ನನ್ನಂಥೋನಿಗೆ ಹುಟ್ಟಿದ ಹಳ್ಳಿಗೆ ಬಂದುಬಿಡಬೇಕು ಅಂತ ಅನಿಸಿದ್ರೂ ಆಗಲ್ಲ ನೋಡು" ಎಂದೆ. ಬಾರದ ನಗುವನ್ನು ನಟಿಸುತ್ತಾ, "ನೀವು ನನ್ನ ಬೇಸು ಉಬ್ಬಿಸ್ತಾ ಅದೀರಿ ಬುಡ್ರಿ!" ಎನ್ನುತ್ತಾ ನನ್ನ ಮಾತುಗಳನ್ನು ತೀರಾ ಹಗುರವಾಗಿ ತೆಗೆದುಕೊಂಡು ದೊಡ್ಡ ದೊಡ್ಡ ಹೆಜ್ಜೆಯಿಡುತ್ತಾ ದೂರವಾದ.

ನಮಗೆ ಅನುಕೂಲವಾದಾಗಲೆಲ್ಲಾ ಹಳ್ಳಿಯ ಸ್ವಂತ ಮನೆಗೆ ಬರುತ್ತಲೇ ಇದ್ದೆವು. ಯಾರು ಲೆಕ್ಕವಿಟ್ಟರೂ, ಇಡದೆ ಹೋದರೂ ಸುಗ್ಗಿಗಳು ಬಂದು ಹೋಗುತ್ತಲೇ ಇದ್ದವು. ಗುಡಿಗೋಪುರದ

ಗೂಡುಗಳಲ್ಲಿ ಪಾರಿವಾಳಗಳ ಸಂಭ್ರಮ ಮಾಮೂಲಾಗಿಯೇ ಇತ್ತು. ಬಂದಾಗಲೆಲ್ಲಾ ನಾನು ಮತ್ತು ಶಿವ, ದೇವರ ವಾಹನಶಾಲೆಯಲ್ಲಿ ಕುಳಿತು ತಾಳೆಯ ಕುಂಚಗಳಿಂದ ವಾಹನಗಳ ಮೇಲೆ ಮೆತ್ತಿಕೊಂಡ ಧೂಳನ್ನು ಒರೆಸುತ್ತಾ ಮಾತು ಬೆಳೆಸುತ್ತಿದ್ದೆವು. ಮುಚ್ಚುಮರೆಯಿಲ್ಲದ ಅವನ ಜೊತೆಗಿನ ಮಾತುಕತೆಯು ಎಷ್ಟು ಹೊತ್ತಾದರೂ ಯಾವ ಏರುಪೇರುಗಳಿಲ್ಲದೆ ಹಾಯಾಗಿ ಸಾಗುತ್ತಿತ್ತು. ಅವನ ಜೊತೆಗೆ ಮಾತನಾಡುವುದೆಂದರೆ – ಹುಣಿಸೆಮರದ ಕೊಂಬೆಯ ಮೇಲೆ ಕುಳಿತು ಚಿಗುರೆಲೆ ಅಗಿಯುತ್ತಿದ್ದಂತೆ, 'ಬೆಳೆಕಾಲುವೆ'ಯ ನಟ್ಟನಡುವೆ ನಿಂತು ನೀರಿನಲೆಗಳನ್ನು ನಯವಾಗಿ ಬಾಚುತ್ತಿದ್ದಂತೆ ಇರುತ್ತಿತ್ತು. ಕಷ್ಟಗಳನ್ನು ಸಹ ತುಂಬಾ ನಿರಾಳವಾಗಿ ಹೇಳಿಕೊಳ್ಳುತ್ತಿದ್ದ.

ಒಂದು ಸಲ ಮಾತಿನ ಮಧ್ಯೆ ಇದ್ದಕ್ಕಿದ್ದಂತೆ, "ನಮ್ ಊಳೆತ್ತುಗೊಳು ನನಗ ಮೋಸ ಮಾಡಿಬಿಟ್ವು ಸ್ವಾಮ್ಯಾರ. ಅವುಗೊಳ್ನ ನಂಬಿ ನಾ ಹಗ್ಗ ಕೈಬಿಟ್ರಾ ಮನೀ ಮುಟ್ಟಾ ಹೊತ್ಗಿ ಮಾಯ ಆದ್ವು. ಈಗ ಊರೆಲ್ಲಾ ಹುಡ್ಕಿದ್ರೂ ಒಂದ್ ಬಿಳಿಗೊಡ್ಡೂ ಇಲ್ಲ. ಆದ್ರ ಅವನ್ನ್ಯಾಕ ಅನ್ಬೇಕು. ಎಲ್ಲಾ ನಮ್ ಹಣೆಬರಾ" ಎಂದು ಗಾಢವಾಗಿ ನಿಟ್ಟುಸಿರು ಬಿಟ್ಟ.

ನಾನು "ಹ್ಞುಂ" ಎಂದು ಸುಮ್ಮನಾದೆ.

ತಾಳೆ ಕುಂಚದಿಂದ ವರೆಸುವುದು ನಿಲ್ಲಿಸಿ, ನನ್ನನ್ನೇ ದಿಟ್ಟಿಸಿ ನೋಡುತ್ತಾ–

"ಮಾಧವಯ್ಯಾ! ನಾ ಯವಾಗರ ನಿಮ್ ಹತ್ರ ಖರೇ ಹೇಳ್ದೆ ಮುಚ್ಚಿಟ್ಟಿರಬೋದು, ಆದ್ರ ಸುಳ್ಳು ಮಾತ್ರ ಹೇಳಿಲ್ಲ. ಆಗ... ಆವೊತ್ತು, ಎತ್ತುಗೊಳು ಕನಸಾಗ ಕಂಡ್ವು ಅಂದದ್ದು ಖರೇನಾ. ಆದ್ರ ಹೇಳಬೇಕಾದ ಖರೆ ಮಾತು ಇನ್ನೊಂದೈತಿ."

ಕೈಯಲ್ಲಿನ ತಾಳೆ ಕುಂಚವನ್ನು ಪಕ್ಕಕ್ಕಿಡುತ್ತಾ ದಿಗ್ಗನೆ ಶಿವನ ಕಣ್ಣೊಳಗೆ ನೋಡಿದೆ.

"ಸರ್ಯಾಗಿ ಆವತ್ತಿಗೆ ಯಾಡು ದಿನದ ಹಿಂದ ನಮ್ಮಪ್ಪ ನನ್ನ ಹುಡಿಕ್ಕೊಂಡು ಆಸ್ಟಲಿಗೆ ಬಂದಿದ್ದ. ಬಂದವ ಅವಸರವಸರದಿಂದ, 'ಇಗಾ ಈ ರೊಕ್ಕ ಇಟ್ಕಾ. ಕಟ್ಟಬೇಕಾದಾಗ ಕಟ್ಬುಡು, ಸಾಲದಿದ್ರ ಮತ್ತ

ಕಳಸ್ತೀನಿ' ಅಂತಾ ಸಣ್ಣ ಕಾಗದ ಪೊಟ್ಟಣಾನ ನನ್ನ ಕೈಲಿ ಕುಕ್ಕ. ಶಿವಪ್ಪಾ, ಏನಾದ್ರೂ ತಿನ್ನಾಕ ಹಿಂದ ಮುಂದ ನೋಡಬ್ಯಾಡಲೇ. ಹಣ್ಣು ಹಂಪಲ ತಗಂಡು ತಿಂತಾ ಇರು..' ಅಂತಿದ್ದ ಅಪ್ಪನ ಕಣ್ಣು ನನ್ನ ತಲೆಯಿಂದ ಕಾಲುಮಟ ನೋಡ್ತಾ ಇದ್ದು.

"ಹಿಂದಿನಿಂದ ನಮ್ಮೂರ ಪಟೇಲ ಆ ಕಡಿ ಈ ಕಡಿ ನೋಡ್ತಾ, ಮೆಲ್ಲಕ ಹೆಜ್ಜಿಹಾಕ್ತಾ ನಮ್ ಹತ್ತಿರಕ ಬರ್ತಿದ್ದ. ಅಪ್ಪ ಆತನನ್ನ ಜತೀಗೆ ಕರಕೊಂಡು ಬಂದಾನಂತ ನನಗ ಗೊತ್ತಾತು. 'ಕುಲುಕು' ಜುಬ್ಬಾ, ಕಪ್ಪು ಕನ್ನಡಕ, ಕೊಳ್ಳಾಗ ಕಳೆತಪ್ಪ ಬಂಗಾರದ ಚೈನಾ, ಕೈಗಿ ಹಿಡಿಯಷ್ಟು ಉಂಗರಾ ಹಾಕ್ಕೊಂಡು ಆತ ನಮ್ ಕಡಿ ಬಂದ. ಅಪ್ಪ ಸರ್ರನಾ ಹಿಂದಕ್ಕ ತಿರುಗಿ, 'ಸಿಲುಕು' ಜುಬ್ಬಾನ್ನ ಆ ಕಡೀ ಕಳಿಸಾಕ ಟ್ರಯಲ್ ಹಾಕ್ಯಾನಾದ್ರೂ, ಉಪ್ಯೋಗ ಆಗ್ಲಿಲ್ಲ.

"ಅವ ಬೈಕಿನ ಕೀಚೈನನ್ನ ತೋರುಬೆರಳಿಗೆ ಸುತ್ತುತಾ ಬಿಚ್ತಾ – 'ಲೇ ಶಿವ್ಯಾ, ಬೇಸು ಓದ್ಯಾಕಬೇಕ್ಲೇ. ಅವಾಗಿನ ಗತಿ ಅಲ್ಲೀಗ. ಕೂತು

ಕರಗಿಸಿ ತಿನ್ನಾಕ ಯಾವ ಬಂಗಾರದ ಬೆಟ್ಟಾನೂ ಇಲ್ಲ. ರೂಪಾಯಿ ಲೆಕ್ಕಕ್ಕ ತೆರಿಗಿ ಕಟ್ಟಿದ್ವಿ ಮೊದಲು, ಈಗ ಚಿಲ್ಲರೆ ಕಟ್ಟಾಕತ್ತೀವಿ ನೋಡು. ಬೇಸು ಓದ್ಕಾಬೇಕು. ದೊಡ್ಡೋರಿಗೆ ಎಲ್ಲಾನೂ ಜೋರು ಮಾಡಿ ಹೇಳಾಕ್ಕಾಗಲ್ಲ. ನಾವಾ ತಿಳ್ಕಾಬೇಕು.' ಪಕ್ಕದಾಗ ಹಾದುಹೋಗ್ತಿದ್ದ ಹುಡುಗೊರು ಈ ಡೈಲಾಗುಗೊಳನ್ನ ಕೇಳಿದ್ರೂ ಕೇಳದಂಗ ದಾಟಿ ಹೊಗ್ತಿದ್ರು. 'ನಾಲ್ಕು ಬೆಳ್ಳೀ ಕಡಗಗೊಳನ್ನ ಷಹರದ ಬಜಾರಿನ್ಯಾಗ ಮಾರಿ, ಬಂದ ಹಣಾನಾ ಇಲ್ಲಿ ತಂದೀವಿ. ಕಕ್ಕ 'ಇವಾ ಕೊನೀ ನಾಕು' ಅಂದ. ನನಗ ಕೆಟ್ಟನಸ್ತು. ಏನ್ ಮಾಡಾದು? ಅದಕ್ಕಾ ನಾ ಹೇಳೋದ್ ಏನಂದ್ರ, ಕಷ್ಟ ಪಡ್ಬೇಕು. ಬೇಸು ಓದ್ಕಾಬೇಕು. ಜುಜ್ಬಿ ಖರ್ಚು ಮಾಡ್ದ ಓದ್ಕೊಂಡ್ರ ನಾಳಿ ದಿನ ನಿಂದೇ ಅಲ್ಲೇನು ಐಭೋಗ. ಅವಾಗ ಕಕ್ಕ ಇರ್ತಾನನು? ಎಲ್ಲಾ ನೋಡ್ತಾನನು?'

"ಒಂದು ಕರೀ ಚಸ್ಮಾ ಹಾಕ್ಕೊಂಡು ಬೀದ್ಯಾಗ ನಿಂತು ನೀತಿ ಮಾತು ಒದರ್ತಾ ಇದ್ದಂಗ ಅನುಸ್ತು. ಅವನ ಮಾತಿನ ಘಾಟು ನಂಗ ನೆತ್ತಿಗೇರ್ತು. ಅವನನ್ನ ಚಿನ್ನಿ ದಾಂಡು ಆಡಬೇಕನುಸ್ತು."

ತನ್ನ ಒಳಗೊಳಗೆ ಕೆರಳುತ್ತಿದ್ದ ಸಿಟ್ಟಿಗೆ, ಸೇಡಿನಿಂದ ಕೂಡಿದ ವ್ಯಂಗ್ಯವೂ ಜೊತೆಯಾಗಿ ಶಿವ ಕೆಂಡಾಮಂಡಲನಾದ. ಅವನ ವರ್ತನೆ ನೋಡಿದರೆ, ಶಿವ ಪುರುಸೊತ್ತಾಗಿ ಕೂತು, ಹಲ್ಲು ಕಡಿಯುತ್ತಾ, ಪಟೇಲನ ಮೇಲಿನ ಹಗೆ ತೀರುವಂತೆ ಬಗೆಬಗೆಯ ಮಾತುಗಳನ್ನು ತಲೆಯಲ್ಲಿ ಪೋಣಿಸುತ್ತಿದ್ದಾನೇನೋ ಅನಿಸಿತು. ನಾನು ಮೌನವಾಗಿ ಕೇಳುತ್ತಿದ್ದೆ. ಶಿವನ ಸಿಟ್ಟು ಸ್ವಲ್ಪ ತಣ್ಣಗಾಯಿತು. ದನಿಯನ್ನು ಸಾವರಿಸಿಕೊಂಡು –

"ನನ್ ತಲೀನ ಒಂದ್ ಚಣದಾಗ ತಿಂದಾಕ್ದ ಆ ಪಟೇಲ. ನನ್ ಕೂದ್ಲೆಲ್ಲಾ ಕೆಂಪಾಗ್ಗೋತು. ನನ್ನೊಳಗ ಸಿಡಿದೆದ್ದ ಸಿಟ್ಟು ಅಪ್ಪನೊಳಾಗ ಬುಸುಗುಡ್ತಾಯಿತ್ತು. ಪಟೇಲನ ಬಾಯಿ ಮುಚ್ಚಿಸಬೇಕೆಂತ ತಾನು ಬಾಯಿ ತೆರೀದ ಬಾಳ ಹೈರಾಣ ಆಗಿಬಿಟ್ಟಿದ್ದ. ಕೊನೀಗಿ 'ಎಲಾ ನಿನ್ನೌನ! ನಿಮ್ಮವ್ವ ಕೊಟ್ಟು ಕಳ್ಸಿದ ಕೈಚೀಲಾನ ಗಾಡೀ ಹತ್ರಾನೇ ಬಿಟ್ ಬಂದೀನಿ' ಅಂತ ನನ್ನ, ಪಟೇಲನನ್ನ ಗಾಬರಿಗೊಳಸ್ತಾ ಆ ಕಡಿ ಎಳೆದೊಯ್ದ. ಅವ್ವ ಕಳಿಸಿದ್ದ ಕೈಚೀಲ ನನ್ನೊಳಗ ಹುತ್ತಗಟ್ಟಿದ ಕೋಪಾನ ಒಂದೇ ಸಮಾ ನುಂಗಾಕ್ತು. ಸಿಟ್ಟಿನ

ಸೆಡುವೆಲ್ಲಾ ಇಳಿದುಬಿಟ್ಟು, ಏನೂ ನಡೆದಿಲ್ಲ ಅನ್ನೋತರ ಆಗಿತ್ತು. ಪಟೇಲ ಬೈಕು ತಗುದು ರೋಡ್ ಹತ್ತಿಸೋ ಕೆಲಸಕ್ಕ ಬಿದ್ದ. ಅಪ್ಪ ರೋಡಿನ ಕಡಿ ನೋಡ್ತಾ, 'ಶಿವಪ್ಪಾ! ಹೊಸ ಜಾಗದಾಗ ಯಾರರ ಒಬ್ರು ಗೊತ್ತಿದ್ದವ್ರು ಇಲ್ದಿದ್ರ ಏನಾದ್ರೂ ತೊಂದ್ರಿ ಆಗತಿತ್ ಅಂತ ಈ ಪುಣ್ಯಾತ್ಮನ್ನ ಕರಕಂಬಂದೀನಿ. ನನ್ ಕರುಮ. ದಿನಾ ಸಿಗ್ತಿದ್ದ ದೊಡ್ ಸ್ವಾಮ್ಯಾರು ಇವತ್ತ್ ಸಿಗ್ಲಿಲ್ಲ...' ಅಂತಾ ನನ್ ಕಿವೀಲಿ ಗೊಣಗಿ ಗಡಿಬಿಡಿಯಲ್ಲಿ ಹೆಜ್ಜೆಹಾಕ್ದ. ತಪ್ಪು ಮಾಡಿದೋನ್ ಥರ ತಲೆ ಕೆಳಾಕ್ ಮಾಡಿ ಅಪ್ಪ ಬೈಕು ಹತ್ತಿದ. ನನಗ ತಡೀಲಾರದಷ್ಟು ಅಳು ಬಂದಿತ್ತು" – ಎನ್ನುತ್ತಾ ಶಿವ ತಲೆ ತಗ್ಗಿಸಿದ.

ಒಂದು ಸಲ ಕೈಬೆರಳುಗಳಿಂದ ಕೂದಲು ಬಾಚಿಕೊಂಡು ಮತ್ತೆ ಶುರುಮಾಡಿದ–

"ಅದಾದ ಮ್ಯಾಕ ನನ್ ಬಾಯಿಗೆ ತುತ್ತೇ ಇಳೀಲಿಲ್ಲ, ಕಣ್ಣಿಗಿ ನಿದ್ದಿ ಹತ್ಲಿಲ್ಲ. ಅವ್ವ ತನ್ ಕೈಲಿ ಮಾಡಿ ಕಳ್ಸಿದ ಚಕ್ಕುಲಿ, ನಿಪ್ಪಟ್ಟು, ಕೋಡುಬಳಿ ಇವನ್ನಾ ಬಾಯಿಗಾಕ್ಕೊಂಡು ನೀರು ಕುಡ್ದು ಮೂರೊತ್ತು ಕಳದೆ. ನನ್ನ ಯೋಚನೆ ಹಾಳಾಯ್ತು. ಹಾಳಾದ ಹೊಲಕ್ಕ ಎಷ್ಟು ಬೇಲಿ ಹಾಕಿದ್ರಾ ಏನ್ ಬಂತು? ಏನರಾ ಆಗ್ಲೀ ಅಂತ ನಮ್ಮೂರಿಗೆ ಬಂದುಬಿಟ್ನಿ. ನಿಮಗ ಆವತ್ತು ಕನಸಷ್ಟಾ ಹೇಳಿದ್ನಿ... ನಂಬ್ರಿ"

"...ಹೌದು ನೆನಪೈತಿ" ಎಂದೆ ಮುಕ್ತವಾಗಿ.

"ಬಾಕೀ ನಡದದ್ದು... ನನಗ ಗೊತ್ತು, ಪೆದಕಾಪಿಗಿ ಗೊತ್ತು, ಗುಡೇಗಿನ ದೇವ್ರಿಗಿ ಗೊತ್ತು" ಎಂದು ಭಾರವಾಗಿ ನುಡಿದನು ಶಿವ.

ವಾತಾವರಣ ಬದಲಾಯಿತು. ಒಂದು ಕ್ಷಣದಲ್ಲಿ ಶಿವ ಕೂಡಾ ಬದಲಾದ.

"...ನಮ್ಮ ಪಂದ್ಯದೆತ್ತುಗೊಳ ಕಾಲಿನ ಕಡಗಗೊಳವು. ನಮ್ ಅಪ್ಪ–ಅಮ್ಮ ಗೆದ್ದು ತಂದ ಕಡಗಗೊಳವು... ಮರೀಲಾಗದ ನೆನಪುಗೊಳು" ಕಣ್ಣರಳಿಸಿ ಕಿರುನಗೆ ಬೀರಿದನು ಶಿವ.

ಅವನ ಶ್ರುತಿ ಒಂದೇ ಸಮನೆ ಬದಲಾಯಿತು.

"ನಾ ಚಿಕ್ಕೋನಿದ್ದಾಗ ಜೋರು ಮಳಿ ಸುರೀತಿರ್ವಾಗ,

ನಮ್ಮಪ್ಪ–ಅವ್ವ ಮೆಕ್ಕೆಜ್ವಾಳದ ತೆನಿ ಬಿಸಿಬಿಸಿಯಾಗಿ ಬಾಯಿಂದ ಬಿಡಿಸಿ ತಿಂತಾ ನನ್ನನ್ನ ಮಡಿಲಾಗ ಕೂರಿಸ್ಕೊಂಡು, ಬೆಳ್ಳಿ ಕಡಗಗೊಳ್ನ ನನ್ನ ಕಾಲಿಗಿ ತೊಡುಸ್ತಿದ್ರು. ನಾನು ಯಾಡೂ ಕೈಗೊಳ್ನ ನೆಲಕ್ಕಾನ್ಸಿ, ಅಂಬೆಗಾಲು ಇಡ್ತಾ ಗಲ್ ಗಲ್ ಅಂತ ಸದ್ದ್ ಮಾಡ್ತಾ ಮನಿ ತುಂಬಾ ಓಡಾಡ್ತಿದ್ನಿ. ಅಪ್ಪ ಬಾರುಕೋಲು ಗಾಳ್ಯಾಗ ಆಡಿಸ್ತಾ ನನ್ನನ್ನ 'ಹೋಯ್... ಹೋಯ್' ಅನ್ತಾ 'ನಮ್ ಎಳಿ ಕರಾ ರೀ, ನಮ್ ಮನೇ ತುಂಟ ಮರಿ ಕರಾ ರೀ' ಅಂತ ಮುದ್ದುಮಾಡ್ತಾ ನನ್ನ ಓಟಕ್ಕ ಹಚ್ತಿದ್ದ. ನನ್ ಚಾಷ್ಟಿ ನೋಡಿ ಆತ ನಕ್ಕೂ ನಕ್ಕೂ ಸುಸ್ತಾಗಿ ಬಿಡ್ತಿದ್ದ. ಅವ್ವ ಬೆಳ್ಳೀ ಬಟ್ಟಲಿನಾಗ ಹಾಲೂ–ಅನ್ನ ಕಲಿಸಿ ತಂದು 'ನಮ್ ಕರದ್ದ್ ಹೊಟ್ಟೀ ಅಳಾಕತ್ತೈತ್ರಿ, ಹೊಟ್ಟು ಹಾಕಬೇಕ್ರಿ' ಅಂತ ನಾ ಓಡೋದುನ್ನ ತಡೀತಿದ್ಲು. ತುತ್ತು ಉಣಿಸ್ತಿದ್ಲು. ಇವೆಲ್ಲಾನೂ ಮತ್ಯೋರ್ಗೋ ಇಷ್ಯಾನಾ ಸ್ವಾಮ್ಯಾರ!" ಎನ್ನುತ್ತಾ ಶಿವ ಮಾತು ನಿಲ್ಲಿಸಿ ಕಣ್ಣೆವೆಗಳನ್ನು ಗಟ್ಟಿಯಾಗಿ ಮುಚ್ಚಿದ. ಎರಡು ಕಂಬನಿ ಉದುರಿದವು.

ಆ ಬಳಿಕ ಗಾಢವಾದ ನಿಟ್ಟುಸಿರು ಬಿಟ್ಟು – "ಆ ಪಟೇಲ ಸುಮ್ಸುಮ್ನೆ ನನ್ ತಲೆ ತಿಂದಾಕ್ದ ಮಾಧವಯ್ಯಾ. ನೀವು ಅವನಿಗಿ ಏನಾದ್ರೂ ಬೈಗುಳ ಬೈಯ್ತೀರಾ... ಬಾಯ್ ತುಂಬಾ... ಜೋರ್ಲೇ... ಹೋಗ್ಲಿ ಇಂಗ್ಲೀಷನಾಗ... ಇಲ್ಲಾಂದ್ರ ಸಂಸ್ಕೃತದಾಗಾರೂ... ಪ್ಲೀಸ್ ನನ್ ಸಲ್ವಾಗಿ... ನನ್ ಉರಿ ತಣ್ಣಗಾಗೊದಕ್ಕಾದ್ರೂ ಬೈಯ್ರಿ... ಬೈಯ್ರಪ್ಪೋ ತಂದಿ" – ಗದರಿದಂತೆಯೇ ಇತ್ತು ಶಿವನ ದನಿ.

"ಹೋಗ್ಲಿ ಬಿಡು ಶಿವಾ... ಅವನ ಪಾಪಕ್ಕೆ ಅವನೇ ಪೆಟ್ಟುತಿಂತಾನೆ" ಎಂದೆ ಉದಾಸೀನವಾಗಿ.

ಶಿವ ವ್ಯಂಗ್ಯದ ಧಾಟಿಯಲ್ಲಿ "ಅಬ್ಬಾ!" ಎನ್ನುತ್ತಾ ನನ್ನತ್ತ ದುರುಗುಟ್ಟಿ ನೋಡಿದ.

"ನಿಮಗಿಂತ್ಲೂ ಗುಡ್ಯಾಗಿನ ಆ ಕಲ್ಲುಬಂಡೀನಾ ವಾಸಿ" ಎನ್ನುತ್ತಾ ತಾನು ಜಾಡಿಸುತ್ತಿದ್ದ ಶೇಷವಾಹನವನ್ನು ಒಂದೇ ಸಮನೆ ಎರಡು ಕೈಗಳಿಂದ ಅಲುಗಾಡಿಸಿ, ಹೊಂದಿಸಿ ಕೂಡಿಸಿ, ಸ್ವಲ್ಪ ತಿಳಿಗೊಂಡ. ಎರಡು ಹಲ್ಲಿಗಳು ಸಂದಿನೊಳಗಿಂದ ಇತ್ತ ಜಿಗಿದವು. ಶಿವ ಬೆಚ್ಚಿಬಿದ್ದು ಬಟ್ಟೆ ಜಾಡಿಸಿಕೊಂಡ. ಅವನ ಯೋಚನಾಲಹರಿ

ಬದಲಾಯಿತು. ದಣಿವೆಲ್ಲಾ ಕಡಿಮೆಯಾಗಿ ಸ್ವಲ್ಪ ಸ್ಥಿಮಿತಗೊಂಡ. ಎಷ್ಟಾದರೂ ಆತ ಜವಾರಿ ಹುಡುಗ. ಇಷ್ಟರಲ್ಲಿ ಅಮ್ಮ 'ಮಾಧವಾ' ಎನ್ನುತ್ತಾ ಬೆಲ್ಲದ ಪಾನಕದಲ್ಲಿ ನೆನೆಸಿಟ್ಟ ಅವಲಕ್ಕಿಯ ಎರಡು ಬಟ್ಟಲುಗಳನ್ನು ಕೊಟ್ಟು, ಯಾವುದೋ ಮಂತ್ರದಂಥಾ ಮಾತನ್ನು ಗೊಣಗುತ್ತಾ ಹೋದಳು. ಶಿವ ತನ್ನ ಬಟ್ಟಲನ್ನು ತೆಗೆದುಕೊಳ್ಳುತ್ತಾ – "ಈ ಪ್ರಸಾದ ನಂಗ ಬಾಳ ಇಷ್ಟಾ ಸ್ವಾಮ್ಯಾರ" ಎಂದು ನಗುತ್ತಾ ಹೇಳಿದ. ಕೊನೆಗೆ ನಮ್ಮ ಮಾತುಗಳೂ ಸಿಹಿಯಾಗಿ ಬದಲಾದವು.

ಕೆಲವು ವರ್ಷಗಳಿಂದ ನಮ್ಮ ಹಳ್ಳಿಗೆ ಬರಗಾಲ ಬಿದ್ದಿತ್ತು. ಎಲ್ಲವೂ ಸರಿಯಾಗಿಯೇ ಇದೆಯೆಂದು ತೋರುತ್ತದಾದರೂ ಕೈಯಲ್ಲಿ ಬಿಡಿಗಾಸೂ ಉಳಿಯುತ್ತಿಲ್ಲ. ಈ ಬೆಳೆ, ಆ ಬೆಳೆ, ಮುಂದಿನ ಬೆಳೆ ಎನ್ನುತ್ತಾ, ಮರೀಚಿಕೆಗಳ ಹಿಂದೆ ಓಡುತ್ತಾ ರೈತ ದಣಿದುಬಿಟ್ಟ. ಕಿತ್ತೆಸೆದ ಕಳೆಯ ಬೆಟ್ಟದಂತೆ ಸಾಲ, ಸಾಲದ ಮೇಲೆ ಬಡ್ಡಿ ಅನಂತವಾಗಿ ಬೆಳೆದು ಭಯಗೊಳಿಸುತ್ತಿವೆ. ಅಂದೊಮ್ಮೆ ಸಂಕ್ರಮಣಕ್ಕೆಂದು ಬಂದಾಗ ನಾನು ಮತ್ತು ಶಿವ ಎಂದಿನಂತೆಯೇ ಭೇಟಿಯಾದೆವು.

ಮಾತಿನ ಮಧ್ಯೆ, "ಸ್ವಾಮ್ಯಾರ! ನಾ ಶಾಣೇತನ ಮಾಡಿ ಅಲ್ಲೇ ಇದ್ದಿದ್ರ, ಇಷ್ಟೊತ್ತಿಗಿ ನಾಕು ವರ್ಷದ ಓದು ಮುಗೀತಿತ್ತು ನೋಡ್ರಿ" ಎನ್ನುತ್ತಾ ಸತ್ಯವನ್ನು ಪ್ರಶ್ನೆಯಂತೆ ನನ್ನ ಮೇಲೆ ತೂರಿದ.

"ಈಗಾದ್ರೂ ಏನಾಯ್ತು ಬಿಡಪ್ಪಾ" ಎಂದೆ, ಬೇರೇನು ಹೇಳುವುದೆಂದು ತಿಳಿಯದೆ.

"ಇಗಾ ಇದಾತು" ಎಂದು ನಗುತ್ತಾ ಹುಣ್ಣುಗಳಾಗಿದ್ದ ಅಂಗೈಗಳನ್ನು ತೋರಿಸಿ, ತಕ್ಷಣವೇ ಕೈ ಮಡಚಿಬಿಟ್ಟ.

"ಅಂಗೈ ಕಲ್ಲಾದ್ರ ಏನೂ ಪರ್ವಾಗಿಲ್ಲ, ಆದ್ರ ಎದಿ ಕಲ್ಲಾಗುವಂಗೈತಿ ಸ್ವಾಮ್ಯಾರ. ಅವರಾಡೋ ಮಾತಿಗೆ, ಹುಟ್ಟಿದಾಗಿನಿಂದ ತಿಂದದ್ದೆಲ್ಲಾ ಹೊರಬರುವಷ್ಟ್ ಸಂಕಟಾ ಅಕ್ಕೈತಿ. ಮಾನ ಮರ್ಯಾದಿ, ನಾಚಿಕಿ ಗೀಚಿಕಿ ಗೋದಾಮಿಗೆ ಹಾಕೀವಿ. ಅವು ಹೆಂಗೋ ಖಾಲಿ ಬಿದ್ದಾವಲ್ಲ. ಸ್ವಾಮ್ಯಾರ, ಅವ್ರು ತಮ್ ದುಡ್ಡನ್ನ ಯಾವದರಾ ಒಂದಿನ ನಮ್ಮಿಂದ ಹಿಂದಕ್ಕ ಪಡೀಬೋದು. ಆದ್ರ ಅವರಾಡಿದ ಮಾನಗೇಡಿ ಮಾತುಗಳನ್ನ ಹಿಂದಕ್ಕ ಪಡೇಕ್ಕಾಗುತ್ತನು? ಸಾಲಗಾರರ ಮಾತಿಗಿ

ನಾಚಿಕಿ ಬಿಟ್ಟು ಬದುಕ್ತಾ ಇದೀವಿ. ದಿನಗೊಳು ಉರುಳ್ತಿದಾವ, ದಿಕ್ಕುಗೊಳು ಬೆಳಕರೇಕತ್ತಾವ" ಮಂಕುದನಿಯಲ್ಲಿ ದುಃಖ ತೋಡಿಕೊಂಡನು ಶಿವ.

ಅವನನ್ನು ಸಾಂತ್ವನಗೊಳಿಸಲು ನನ್ನ ಬಳಿ ಮಾತುಗಳೇ ಇರಲಿಲ್ಲ.

"ಆದ್ರೂ ಬರಗಾಲಕ್ಕೂ ಬಿಕನಾಸಿತನಕ್ಕೂ ಜನ ರೂಢಿ ಬಿದ್ದಾರ ಬುಡ್ರಿ. ಯಾವ ಬಯಕೇನೂ ಬರದಂಗ ಅರಾಮು ಕಾಲ ಕಳೀಕತ್ತಾರ ಬುಡ್ರಿ ದೇವ್ರ ಪುಣ್ಯಾ ಅಂತ."

ಶಿವನ ಈ ಮುಕ್ತಾಯದಿಂದಾಗಿ ನನ್ನ ಮೈಯಲ್ಲಾ ಬೆವತು ಒದ್ದೆಯಾಯಿತು. ಬೆವರು ಅಂಗಾಲಿನವರೆಗೂ ಹರಿಯಿತು.

ಅಕಾಲ ಮಳೆ, ಚಂಡಮಾರುತಗಳ ಅತಿ ಮಳೆ, ಬೆಳೆ ಹಾನಿ, ದಲ್ಲಾಳಿ ದಂಧೆ – ಈ ಎಲ್ಲವೂ ಸೇರಿ ನೇಗಿಲಯೋಗಿಗಳ ಬೆನ್ನು ಮುರಿಯುತ್ತಿವೆ. ಎಲ್ಲರೂ ರೈತನಿಗೆ ತಲಾ ಒಂದು ಬಿರುದು ಕೊಟ್ಟು ಆಕಾಶಕ್ಕೇರಿಸುವವರೇ ವಿನಃ ಅವನಿಗೆ ಆಸರೆಯಾಗಿ ನಿಲ್ಲುವ ಯಾವ ಅಭಯ ಹಸ್ತವೂ ಇಲ್ಲ. 'ರೈತನೇ ದೇಶದ ಬೆನ್ನೆಲುಬು' ಎನ್ನುವುದೆಲ್ಲಾ ಎಲ್ಲರೂ ಆಡಿಕೊಳ್ಳುವ ಮಾತಾಗಿ, ಹಿಡಿ ನವಣೆಗೂ ಸರಿದೂಗದ ಸಮಾಧಾನದಂತಾಗಿ ಸಾಗುತ್ತಲೇ ಇದೆ.

2

ಹೇಳಿದೆನಲ್ಲ... ನಮ್ಮ ಹಳ್ಳಿಗೆ ಬಂದರೆ ಪೆದಕಾಪು ಅವರ ಮನೆಗೆ ಹೋಗಲೇಬೇಕು!

ಪೆದಕಾಪು ಅವರ ರೈತಾಪಿ ಅನುಭವಗಳನ್ನೂ, ಹಳೆಯ ನೆನಪುಗಳನ್ನೂ ಅವರ ಬಾಯಿಂದಲೇ ಕೇಳಬೇಕು. ಹಾಗೆ ಕೇಳುವುದು ನನಗೆ ತುಂಬಾ ಇಷ್ಟ. ಅದೊಂಥರ ಆಸಕ್ತಿಯಿಂದ ಸಾಗುವ ತರಗತಿಯ ಪಾಠದಂತೆ. ಕೆಂಡ ಕಾರಿದರೂ, ಮಂಜು ಸುರಿದರೂ ನಾನದರಿಂದ ತಪ್ಪಿಸಿಕೊಳ್ಳಲಾರೆ.

ನಾನು ಹೋಗುವ ಹೊತ್ತಿಗೆ ಜಗುಲಿ ಕಟ್ಟೆಯ ಮೇಲೆ ಕೂತು ಶ್ರದ್ಧೆಯಿಂದ ತೆಂಗಿನ ನಾರು ಹೊಸೆಯುತ್ತಿದ್ದರು ಪೆದಕಾಪು.

ಆ ದೃಶ್ಯವನ್ನು ನೋಡಿದೊಡನೆಯೇ ಶಿವ ಆಗಾಗ ಆಡುವ ಮಾತುಗಳು ನೆನಪಾದವು–

"...ನಮ್ಮಪ್ಪ ಬಾಳ ಸಪ್ಪಗಿದ್ದಾಗ, ಇಲ್ಲಾ ಬಾಳ ಖುಷೀಲಿದ್ದಾಗ ನಾರಿನ ಕಟ್ಟುಗೊಳನ್ನ ಮುಂದಾಕ್ಕೊಂಡು ಹಗ್ಗಾ ಹೊಸಿಯಾಕ ಶುರುವಚ್ಕೋತಾನ – ಏನೇ ಹೆಚ್ಚೂ ಕಮ್ಮಿ ಆದ್ರೂ ಆ ಈಶ್ವರ ಪರಮಾತ್ಮ ಬೆಟ್ಟದಾಗ ಹುಚ್ಚೆದ್ದು ತಾಂಡವ ಆಡ್ತಾನಲ್ಲ, ಹಂಗ"

ಅಪ್ರಯತ್ನವಾಗಿ ಬಂದ ನಗೆಯನ್ನು ಅಡ್ಡಹಿಡಿದು, ಪೆದಕಾಪು ಅವರ ಬದಿಯಲ್ಲೇ ಹೋಗಿ ಕುಳಿತೆ. ಯಾವಾಗ ಹೋದರೂ ಸಣ್ಣ ತಾಳೆಗರಿಯ ಬಟ್ಟಲಿನಲ್ಲಿ ಹುರಿದ ಶೇಂಗ ನನಗಾಗಿ ಬರುತ್ತಿದ್ದವು.

"ತಿನ್ರೆಪ್ಪ ಸ್ವಾಮ್ಯಾರ. ಹೀಂಗ ತಿನ್ನೂದು ನಮ್ಮವ್ವ ಕಲಿಸ್ಯಾಳ. ದಿನಾ ಮಧ್ಯಾನದ ಹೊತ್ತಿನ್ಯಾಗ ಒಂದಿಷ್ಟು ಸೇಂಗಾ, ಕೋಳಿ ತತ್ತಿಯಷ್ಟು ಬೆಲ್ಲ..." – ನನ್ನತ್ತ ನೋಡಿ ನಾಲಿಗೆ ಕಚ್ಚಿಕೊಂಡು, ನಗುತ್ತಾ, "ಹೋಗ್ಲಿ, ಬಾದಾಮಿನಷ್ಟು" ಎಂದು ಸರಿಪಡಿಸಿದರು.

ಪ್ರತಿಬಾರಿ ಹೋದಾಗಲೂ ಮಾತು–ಮರ್ಯಾದೆ ಎಲ್ಲವೂ ಒಂದೇ ಥರ ಸಾಗುತ್ತಿದ್ದವು. ಪ್ರೀತಿ–ಆತ್ಮೀಯತೆಗಳು ಧಾರೆಯಾಗಿ ಸುರಿಯುತ್ತಿದ್ದವು.

"...ಟ್ರ್ಯಾಕ್ಟ್ರಗೊಳು ಬಂದ ಮ್ಯಾಕ ಹೊಲದ ಕೆಲಸಾ ನಮಿಗೇನೂ ಉಳುದಿಲ್ಲ ಸ್ವಾಮ್ಯಾರ, ಅವಾಗ ಮಾಡಾಕ ಕೈತುಂಬಾ ಕೆಲಸಾ ಇರ್ತಿತ್ತು. ಆ ತೆವಲನ್ನ ಈಗ ಹಿಂಗ ಹಗ್ಗ–ಹುರಿ ಹೊಸ್ಕಂಡು ತೀರಿಸ್ಕತಾ ಇದೀನಿ..."

ಆ ಮಾತುಗಳಲ್ಲಿ ನಿಷ್ಠುರವಿತ್ತು. ಆ ದನಿಯಲ್ಲಿ ನಿರಾಸೆಯೂ ಇತ್ತು. ಆ ಧೋರಣೆಯನ್ನು ಗಮನಿಸಿ ಮಾತಿನ ಜಾಡು ಬದಲಿಸುವ ಪ್ರಯತ್ನ ಮಾಡಿದೆ.

"ಏನೇ ಆದ್ರೂ ನೀವು ಕಂಡ ದಿನಗಳೇ ಒಳ್ಳೇವು. ರೈತರು, ದನಗಳು, ಗಿಡಾ, ಮರಾ ಎಲ್ಲಾ ಒಟ್ಟುಗೂಡಿ ಕಾಲ ಕಳೀತಿದ್ರಿ. ದಿನಪೂರ್ತಿ ಹೊಲದಾಗೇ ಕೆಲಸ ಮಾಡ್ತಾ, ಅದರಾಗೇ ಖುಷಿ ಕಂಡ್ಕೋತಿದ್ರಿ" ಎಂದೊಡನೆಯೇ ಪೆದಕಾಪು "ಅದರಾಗೇನು ಅನುಮಾನ?" ಎನ್ನುತ್ತಾ ಒಂದು ಸಲ ಜೂಲು ಬಿಚ್ಚಿದರು. ಅನಂತರ ಮಾಡುತ್ತಿದ್ದ ಕೆಲಸವನ್ನು ಪಕ್ಕಕ್ಕಿಟ್ಟು ಏನನ್ನೋ ಹೇಳಲು ಕುತೂಹಲಗೊಂಡಂತೆ ಕುಳಿತರು.

"ಖರೇನಾ ಸ್ವಾಮ್ಯಾರ... ಆಕಾಶಾ, ನೆಲಾ ಎಲ್ಲಾ ನಮ್ ಬೆನ್ನ ಹಿಂದ ಇರ್ತಿದ್ವು. ಮಳೀ ಚುಕ್ಕಿ ರೈತರಗ ಎಂದಿಗಂದು ಕೆಲಸಾ ಹಚ್ತಿದ್ವು. ಬೆಳ್ಳೀಚುಕ್ಕಿ ನಸುಗತ್ತಲಾಗ ನಮಗ ಚುಕ್ಕಾಣಿ ಇದ್ದಂಗ. ರಾತ್ರಿ ಅಕಾಶದಾಗ ಕಟ್ಟೋ ಗೂಡು ಮಳೀ ಬರಾದು ಬಿಡಾದು ಹೇಳ್ತಿತ್ತು. ಚಂದಪ್ಪನಾ ಅದಕ್ಕ ರುಜು. ಇನ್ನ ಈ ದನಗಳ ಕತಿ ಬಾಳೈತಿ. ಸಂಜಿ ಹೊತ್ತಿನಾಗ ಇವು ನಮತಕ್ಕ ಕೂತು ನಮ್ ಕಷ್ಟ–ಸುಖ ಕೇಳ್ತಿದ್ವು. ಅವುಗೊಳ ಬುಗುಲು–ಬ್ಯಾನಿ ಹೇಳ್ಕೊತಿದ್ವು. ಅವಕ್ಕೂ ಬಾಳ ನಿಯತ್ತು."

...ಹೀಗೆ ನೆನಪುಗಳ ತೇರು ಹೊರಟಿತ್ತು. ಎಲ್ಲವೂ ಹಿಂದೆ ಕೇಳಿದ ವಿಷಯಗಳೇ ಆದರೂ ಅವರ ಸಂತೋಷಕ್ಕಾಗಿ ಪ್ರತೀಸಲ ಹೊಸತಾಗಿ ಕೇಳುತ್ತೇನೆ. ಒಮ್ಮೊಮ್ಮೆ ಕೆಲವು ಹೊಸ ವಿಷಯಗಳೂ ಅವರ ಮಾತಿನಲ್ಲಿ ನುಸುಳುತ್ತಿದ್ದವು.

ಪೆದಕಾಪು ಹೇಳಿದ ಕೆಲವು ಅನುಭವಗಳನ್ನು ನನ್ನ ಡೈರಿಯಲ್ಲಿ, ನನ್ನ ಮಾತಲ್ಲೇ ಬರೆದುಕೊಂಡಿದ್ದೇನೆ. ಅದರೊಳಗಿಂದ ಸ್ವಲ್ಪವನ್ನಾದರೂ ನಿಮ್ಮೊಡನೆ ಹಂಚಿಕೊಳ್ಳದಿದ್ದರೆ ಈ ಕಥೆ ಸಲೀಸಾಗಿ ಸಾಗುವುದಿಲ್ಲ. ಹಾಗಾಗಿ ಅದನ್ನು ಹೇಳದೆ ತಪ್ಪಿಸಲಾರೆ, ಕೇಳಿ:

ಕಾರ ಹುಣ್ಣಿಮೆಯ ದಿನದಂದು ಹೆಂಗಸರು ನೇಗಿಲಿಗೆ ಅರಿಶಿನ ಕುಂಕುಮ ಹಚ್ಚಿ, ಕಾಯಿ ಒಡೆದು, ಆರತಿ ಬೆಳಗಿ – ರೈತರಿಗೆ ಎದುರು ಬರುವುದು ಒಂದು ರಿವಾಜು. ನೇಗಿಲನ್ನು ಹೆಗಲಿಗೇರಿಸಿಕೊಂಡು ರೈತರು ಹೋಗುತ್ತಿದ್ದರೆ, ತೀರ್ಥಯಾತ್ರೆಗೆ ಮಗುವನ್ನೆತ್ತಿಕೊಂಡು ಹೋಗುತ್ತಿದ್ದಷ್ಟೇ ಸಂಭ್ರಮವೆನಿಸುತ್ತಿತ್ತು. ತುಂಬಾ ಸತುವುಳ್ಳ ಹೊಲದಲ್ಲಿ ಸಸಿಮಡಿಗೆಂದು ಮುಂಚೆಯೇ ನೆಲ ಉಳುವುದು ರೂಢಿ. ನಿಶ್ಶಬ್ದದ ಮಸುಕು ಮುಂಜಾವಿನಲ್ಲಿ ಎತ್ತುಗಳ ಕೊರಳ ಗಂಟೆಗಳು ಅವುಗಳ ಹೆಜ್ಜೆಯನ್ನನುಸರಿಸಿ ಲಯತಪ್ಪದೆ ಕಿಣಿಕಿಣಿಗುಡುತ್ತಿದ್ದವು. ಹೊಲಕ್ಕೆ ಇಳಿದ ಮೇಲೆ

ನೊಗ ಕಟ್ಟಿ, ಊಳೆತ್ತುಗಳಿಗೆ ನೋವಾಗದಂತೆ ಕಡಿಯನ್ನು ಹಗ್ಗದಲ್ಲಿ ಬಿಗಿದು, ಚದರಕ್ಕೆ ತಕ್ಕಂತೆ ನೇಗಿಲು ಉಳಬೇಕು. ಯಾವ ಅಂಕು–ಡೊಂಕುಗಳೂ ಇಲ್ಲದ ನೇಗಿಲ ಗೆರೆಗಳು ಒಣಹುಲ್ಲಿಗೆ ಕಚಗುಳಿ ಇಡುತ್ತಿದ್ದವು. ಮಣ್ಣು ಕುಂಕುಮದಂತೆ ಮೆತ್ತಗೆ ಹುಡಿಯಾಡುತ್ತಿತ್ತು. ಚೂಪಾದ ನೇಗಿಲ ಕುಳಕ್ಕೆ ನೆಲದೊಳಗಿನ ತುಂಗೆಗಡ್ಡೆಗಳು ಸೀಳಿ ಹೊರಬಿದ್ದು ಸುವಾಸನೆ ಚೆಲ್ಲುತ್ತಿದ್ದವು. ಇದಲ್ಲದೆ – ಮುಟ್ಟಿದರೆ ಮುನಿ, ಗರಿಕೆ, ಹಿಪ್ಪಲಿ, ಉತ್ತರಾಣಿ ಸಸ್ಯಗಳ ರಸದ ವಾಸನೆಗಳು ಹಸಿನೆಲದಿಂದ ಎದ್ದುಬಂದು, ಎಳೆ ಮುಂಜಾವಿನ ತಿಳಿಗಾಳಿಗೆ ಮುತ್ತಿಡುತ್ತಿದ್ದವು. ಹೀಗೆ ಎಲ್ಲವೂ ಬೆರೆತು ಮೇಲಕ್ಕೆ ತೇಲಿಬರುತ್ತಿದ್ದ ತಾಜಾ ಸುವಾಸನೆಗಳನ್ನು ಪ್ರೀತಿಯಿಂದ ಹೀರಬೇಕೆನಿಸುತ್ತಿತ್ತು. ಇವು ಶ್ರಮವನ್ನು ಮರೆಸುತ್ತಿದ್ದವು.

ಚೋರೆಹಕ್ಕಿಗಳು, ಪಾರಿವಾಳಗಳು ಒಂದೊಂದಾಗಿ ಎಲ್ಲಿಂದಲೋ ಹಾರಿ ಬಂದು ಸಾಲುಗಟ್ಟಿದ ನೇಗಿಲ ಗೆರೆಗಳಲ್ಲಿ ಬಾಗಿ ಚಲಿಸುತ್ತಿದ್ದವು. ಉಳುವಾಗ ಹೊರಬಿದ್ದ ಎರೆಹುಳು, ಕಂಬಳಿಹುಳು, ಬಸವನ ಹುಳು – ಹಕ್ಕಿಗಳಿಗೆ ಹಬ್ಬವನ್ನು ತಂದುಕೊಡುತ್ತಿದ್ದವು. ಆಳವಾದ ಗೆರೆಗಳಲ್ಲಿ ಓಡುತ್ತಾ ನಡೆವ, ಹೋರಿಗಳ ಕಾಲುಗಳ ನಡುವಿಂದ ನುಸುಳಿ ಬಿಡುವ, ಸಣ್ಣ ಸಣ್ಣ ಹಕ್ಕಿಗಳು ಆಹಾರವನ್ನು ಹುಡುಕುತ್ತಾ ಸಾಗಿಹೋಗುತ್ತಿದ್ದರೆ ಉಳುವವನಿಗೆ ನಯನಾನಂದ. ಕೌಜುಗ ಹಕ್ಕಿಗಳು ಕೂಗುತ್ತಾ ಬಂದು ಗೆರೆಗಳಲ್ಲಿ ಬಾಗಿ ಇಳಿದು, ಬಸವನ ಹುಳುಗಳ ಚಿಪ್ಪುಗಳನ್ನು ಒಡೆದು ಹುಳುಗಳನ್ನು ನುಂಗಿಬಿಡುತ್ತಿದ್ದವು. ಹುಲ್ಲಿನ ಹೂಗಳ ಮೇಲೆ ದುಂಬಿಗಳು ದುಂದುಭಿ ಬಾರಿಸುತ್ತಿದ್ದವು.

ಆಕಾಶಕ್ಕೆ ಬೆಂಕಿಬಿದ್ದಂತೆ ಹೊಗೆಯಾಗಿ ತೇಲುವ ಮೋಡಗಳ ಹಿಂದೆ ಎಳೆಯ ಸೂರ್ಯ ಅಂಬೆಗಾಲಿಡುತ್ತಿದ್ದ. ಜಾಲಿಮರದ ಕೊಂಬೆಗಳೊಳಗಿಂದ ಚಿಗುರುವ ಪ್ರತೀ ಸೂರ್ಯೋದಯವೂ ಬಣ್ಣದ ಸಜೀವ ಚಿತ್ತಾರವಾಗಿಯೇ ತೋರುತ್ತಿತ್ತು. ಮೈಮುರಿಯುವ ಕೊಕ್ಕರೆಗಳು, ಜಾಲಿಮುಳ್ಳಿಗೆ ಬಲೆ ಹೆಣೆಯುವ ಜೇಡರ ಹುಳುಗಳು, ಆಹಾರವನ್ನರಸಿ ಬರುವ ಕಟ್ಟಿರುವೆಗಳು, ಜಾಲಿ ಕೊಂಬೆಗಳಲ್ಲಿ ಸಿಕ್ಕುಬಿದ್ದ ಬೂರುಗದ ಹತ್ತಿ ಚೂರುಗಳು – ಇವುಗಳೆಲ್ಲದರೊಡನೆ

ನಿದ್ದೆಯಿಂದ ಎಚ್ಚರಗೊಳ್ಳುವ ಜಾಲಿಮರವು ಎಲೆಗಳನ್ನು ಬಿಚ್ಚುತ್ತಾ ದಟ್ಟವಾಗುತ್ತಿತ್ತು. ಬೆಳಗಿನ ಜಾವದಲ್ಲಿ ನಡೆವ ಎತ್ತುಗಳ ಕತ್ತಿನ ಮೇಲೆ, ಬೆನ್ನಿನ ಮೇಲೆ ವಯ್ಯಾರದಿಂದ ಉಯ್ಯಾಲೆಯಾಡುವ ಪಿಕಳಾರದ ಹಕ್ಕಿಗಳನ್ನು ತನು ತುಂಬಿ ಮನದುಂಬಿ ಕಂಡು ಸಂಭ್ರಮಗೊಳ್ಳುವ ಸೌಭಾಗ್ಯ ಒಬ್ಬ ಒಕ್ಕಲಿಗನಿಗಷ್ಟೇ ಲಭಿಸುವಂತದ್ದು.

ನೇಗಿಲ ಗೆರೆಗಳನ್ನು ಅಡ್ಡವಾಗಿ ಸರ್ರನೆ ದಾಟಲಾಗದೆ, ಉಬ್ಬುತಗ್ಗುಗಳಲ್ಲಿ ಬಾಗುತ್ತಾ ಬಳುಕುತ್ತಾ ಸಾಗುವ ನಾಗರಹಾವು ಹೆಡೆ ಎತ್ತುವುದಿಲ್ಲ. ರೆಕ್ಕೆಗಳನ್ನು ಒಂದೇ ಏಟಿಗೆ ಅಗಲಿಸಿ, ಆಕಾಶದೊಳಗಿಂದ ರೊಯ್ಯನೆ ನೆಲಕ್ಕಿಳಿಯುವ ಹದ್ದು ಹಾವನ್ನು ಕೊಕ್ಕಿನಿಂದ ಕಚ್ಚಿಕೊಂಡು

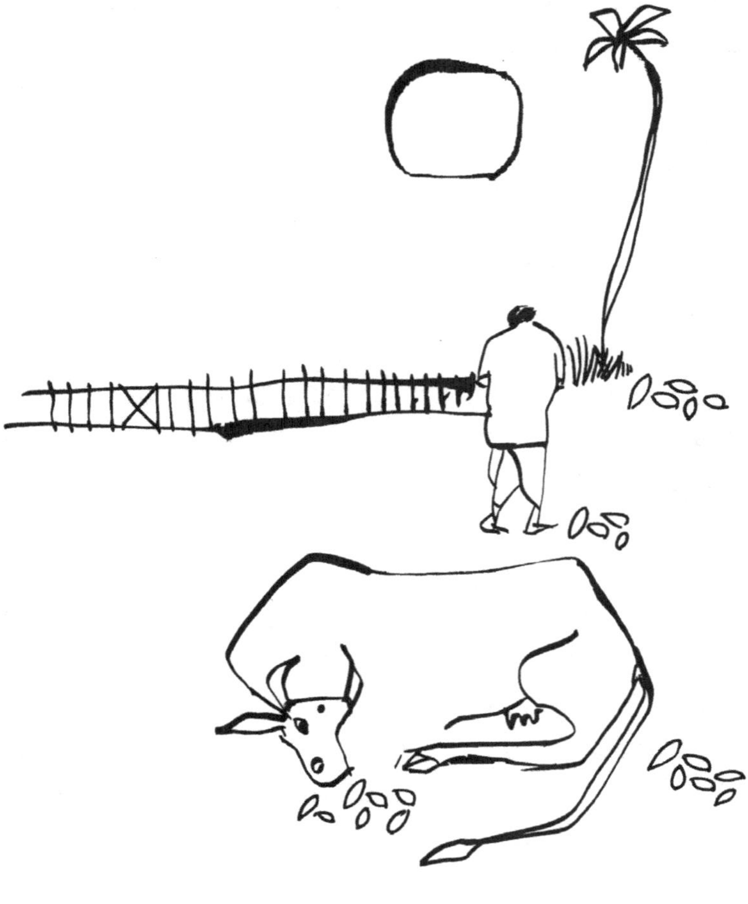

ಎವೆಯಿಕ್ಕುವಷ್ಟರಲ್ಲಿ ಮೇಲೇಳುತ್ತದೆ. ಪ್ರಾಣಭಯದಿಂದ ನುಲಿಯುವ ನಾಗರವನ್ನು ಕೊಕ್ಕಿನಿಂದ, ಉಗುರಿನಿಂದ ಗಟ್ಟಿಯಾಗಿ ಹಿಡಿದಿಡುತ್ತದೆ. ಯಪ್ಪೋ! ಈ ದೃಶ್ಯವು ಕಣ್ಣಿಗೆ ಬಿದ್ದೊಡನೆಯೇ ಕೈಯೊಳಗಿನ ಹಗ್ಗ ಕೆಳಗೆ ಜಾರಿಬಿಡುತ್ತದೆ. ಸುತ್ತಲಿನ ಹಕ್ಕಿಗಳೆಲ್ಲವೂ ಒಂದೇ ಸಮನೆ ದೂರಕ್ಕೆ ಹಾರಿಬಿಡುತ್ತವೆ. ಇದನ್ನೆಲ್ಲಾ ನಿಂತು ನೆಟ್ಟಗೆ ನೋಡುತ್ತಿದ್ದ ಕಣ್ಣು ಹಾಗೆ ನೋಡುತ್ತಾ ಇದ್ದುಬಿಡುತ್ತವೆ. ಕೆಂಪಗೆ ಮಿರುಗುವ ಬೋಳು ಜಾಲಿಯ ಹಿಂಬದಿಯಲ್ಲಿ ಹಾರುತ್ತಿರುವ ಹಾವು–ಹದ್ದುಗಳ ಚಿತ್ರ ಭಯಾನಕವಾಗಿ, ಕ್ರೂರವಾಗಿ 'ಅಯ್ಯೋ ಪಾಪ' ಅನಿಸುವಂತೆ ತೋರುತ್ತದೆ. ಇಬ್ಬರು ಪಹೆಲ್ವಾನರು ಕುಸ್ತಿಯಾಡುತ್ತಿದ್ದಂತೆ ಅನಿಸುತ್ತದೆ. ಹಾವು ಕೆಳಕ್ಕೆ ಜಾರದಂತೆ ಕಾಲುಗಳನ್ನು ಬಿಗಿಹಿಡಿದು, ಕಷ್ಟದಿಂದ ರೆಕ್ಕೆ ಬಡಿಯುತ್ತಾ ಹದ್ದು ನೇರವಾಗಿ ಮೇಲೇಳುತ್ತದೆ. ಹಾವು–ಹದ್ದುಗಳ ಕದನ ತಾಳೆಯ ಮೂತಿಗೆ ಬಂದಿಳಿಯುತ್ತದೆ. ಒಂದು ಸಲ ಅಷ್ಟುದ್ದದ ತಾಳೆ ಮರ ಅಲುಗಾಡುತ್ತದೆ. ಮರದ ಕೊರಳಿಗೆ ಕಟ್ಟಿದ ಹೆಂಡದ ಮಡಕೆಗಳು ತುಳುಕಿ, ಬುರುಗನ್ನು ಮರದ ಮೇಲೆ ಕಕ್ಕುತ್ತವೆ. ತಾಳೆಗರಿಗಳು ಸದ್ದುಗೈಯುತ್ತಾ ಪತರಗುಟ್ಟುತ್ತವೆ. ಬೆಚ್ಚಿಬಿದ್ದ ಗೂಬೆ ತಾಳೆಯ ಹೆಡೆಮಟ್ಟೆಯ ಮೇಲೆ ನಿಂತು ಆಕಳಿಸುತ್ತದೆ. ಚದುರಿದ ಜೇನುಗೂಡು ತಾಳೆಯ ತಲೆಯ ಸುತ್ತಲೂ ಮುತ್ತಿಕೊಳ್ಳುತ್ತದೆ. ತಾಳೆಯ ಮೂತಿಯೊಳಗಿಂದ ಅಳಿಲು, ಓತಿ ಹೊರಕ್ಕೆ ನೆಗೆಯುತ್ತವೆ. ಕೊನೆ ಬಂದ ಅರಿವಿನಿಂದ ನರಳುವ ಹಾವು ನೋವಿನಿಂದ, ಸೇಡಿನಿಂದ ಬುಸುಗುಡುತ್ತಾ ದಿಕ್ಕುತೋಚದೆ ಗರಗಸದಂಥಾ ಹೆಡೆಮಟ್ಟೆಗೆ ಬಿಗಿಯಾಗಿ ಸುತ್ತಿಕೊಳ್ಳುತ್ತದೆ. ಅದರ ಬಾಳು ಬಾಣಲೆಯಿಂದ ಬೆಂಕಿಗೆ ಬಿದ್ದಂತಾಗುತ್ತದೆ. ಹದ್ದು ಹಾವನ್ನು ಉಗುರಿನಿಂದ ಅದುಮಿಟ್ಟು ತನ್ನ ಕಬ್ಬಿಣದಂಥಾ ಕೊಕ್ಕೆಯಿಂದ ಸಣ್ಣ ಸಣ್ಣ ತುಂಡುಗಳನ್ನಾಗಿ ಸೀಳಿ ತಿನ್ನಲಿಕ್ಕೆ ಶುರುಮಾಡುತ್ತದೆ. ಇನ್ನು ಕಾಗೆಗಳ ಕೋಲಾಹಲವಂತೂ ಕೇಳಬಾರದು. ಈ ಘಟನೆಯನ್ನು ಕೇಳಿ, ಕಂಡು ಎಷ್ಟು ವರ್ಷ ಕಳೆದರೂ ಈಗಲೂ ಮೈ ಜುಮ್ಮೆನ್ನುತ್ತೆ.

ಇಂಥಾ ಅದೆಷ್ಟೋ ಅಪರೂಪದ ಅನುಭವಗಳನ್ನು ಒಂದೆಡೆ ದಾಖಲಿಸಿದ್ದೇನೆ. ಆ ಪುಟಗಳನ್ನು ತಿರುವಿದಾಗಲೆಲ್ಲಾ ನನಗೆ ಸೋಜಿಗವೆನಿಸುತ್ತದೆ. ಪ್ರತೀಸಲ ಮನಸ್ಸು ನವಿರೇಳುತ್ತದೆ.

3

ಪ್ರಕೃತಿಯ ದಯೆ-ದಾಕ್ಷಿಣ್ಯ ಮತ್ತು ದಮನ ವೃತ್ತಿಗಳ ನಡುವೆ ಸಮತೋಲನ ಕುಸಿದುಹೋಗಿದೆ. ಒಕ್ಕಲಿಗರಿಗೆ ಬೇಸಾಯದ ಬಗೆಗಿನ ನಂಬಿಕೆ, ನಿರೀಕ್ಷೆಗಳು ನೆಲಕಚ್ಚಿವೆ. ಮನದಲ್ಲಿ ಭುಗಿಲು ತುಂಬಿಕೊಂಡಿದೆ. ನೇಗಿಲಯೋಗಿಗಳನ್ನು ನಿರಾಸೆಯ ಕಾರ್ಮೋಡಗಳು ಆವರಿಸಿಕೊಂಡಿವೆ.

ಗುಡಿಯ ಗಾಳಿಗೋಪುರದ ಮೇಲೆ ಅರಳಿಮರದ ಕಳೆಗಳು ಹುಲುಸಾಗಿ ಬೆಳೆದಿವೆ. ಗೋಪುರದ ಕಲಶಗಳು ಕಿಲುಬುಗಟ್ಟಿವೆ. ಧ್ವಜಸ್ತಂಭದ ಠೀವಿ ಕಡಿಮೆಯಾಗಿದೆ. ಕಲ್ಯಾಣಿಯಲ್ಲಿ ಹೂಳು ತುಂಬಿಕೊಂಡಿದೆ. ವಾಹನಶಾಲೆಯಲ್ಲಿನ ದೇವರ ವಾಹನಗಳು ಬಣ್ಣಗೆಟ್ಟು ಕಳಾಹೀನವಾಗಿವೆ. ಹಿತ್ತಾಳೆ ಕೊಂಬೆ, ಎಲೆ, ಪ್ರಣತಿಗಳಿಂದ ಹೊಂಬೆಳಕು ಚಿಮ್ಮುತ್ತಿದ್ದ ದೀಪದ ಮರ ಭಕ್ತಿಯಿಂದ ಮಾತನಾಡಿಸುವವರಿಲ್ಲದೆ ಧೂಳು ಹಿಡಿದು ಮೂಲೆಗೆ ಬಿದ್ದಿದೆ. ಭಜನೆ ಮಂಡಳಿಯವರಿಗೆ ಕುಣಿಯುವ ಸಹನೆಯೂ, ಸಮಯವೂ ಇಲ್ಲದಾಗಿದೆ. ದೀಪ ಧೂಪ ನೈವೇದ್ಯಗಳು, ದೈನಂದಿನ ಪೂಜೆಗಳು, ಸೇವೆಗಳು ಯಥಾಪ್ರಕಾರ ಸಾಗುತ್ತಲೇ ಇವೆ. ಅಪ್ಪ, ಅಮ್ಮ ವೇಳೆಗೆ ತಕ್ಕಂತೆ ಭಕ್ತಿಶ್ರದ್ಧೆಗಳಿಂದ ಗುಡಿಯ ಮರ್ಯಾದೆಗಳಿಗೆ, ಸಂಪ್ರದಾಯಗಳಿಗೆ ಕುಂದು ಬಾರದಂತೆ ನೋಡಿಕೊಳ್ಳುತ್ತಿದ್ದಾರೆ. ಹೊರಗಿನ ಕೈಗಳು ಮಾಡುವ ಗಂಟೆಸದ್ದು ನಿಂತುಹೋಗಿದೆ. ದೇವರಿಗೆ ಪಂಜುಗಳನ್ನು ಹಿಡಿಯುವವರು, ಪಲ್ಲಕ್ಕಿಗಳನ್ನು ಹೊರುವವರು, ತಾಳಮೇಳ ನುಡಿಸುವವರು ಕಣ್ಮರೆಯಾಗಿದ್ದಾರೆ. ಈಗ ಯಾವುದೇ ಉತ್ಸವಗಳಿಲ್ಲ, ಮೆರವಣಿಗೆಗಳಿಲ್ಲ. ಬೇರೆ ಕೆಲಸಕ್ಕೆಂದು ಹಳ್ಳಿ ಬಿಟ್ಟು ಹೋದವರು ಕೆಲವರಾದರೆ, ಈ ಕಂಚಿಗರುಡ ಸೇವೆ ಇನ್ನೆಷ್ಟು ದಿನ ಮಾಡೋದೆಂದು ಮುಖ ತಿರುವಿಕೊಂಡವರು ಇನ್ನೂ ಕೆಲವರು.

ನಮ್ಮಪ್ಪ ಕೃಷ್ಣಸ್ವಾಮಿ ಗುಡಿಯ ಗತಕಾಲದ ವೈಭವವನ್ನು ನೆನೆದು ದುಃಖಿಸುತ್ತಿದ್ದರು.

"ನಮ್ ಯೋಗ್ಯತೆಗಾದಷ್ಟು ಮಾಡಾಮ. ನಮ್ ಮನೀಗೆ ನಾವು ಮಾಡ್ಕೊತೀವಲ್ಲ... ವರಮಾನ ಸಾಕಾಗುತ್ತಿಲ್ಲ ಅಂತ ಗುಡಿಗೆ ಕಡಿಮೆ ಮಾಡೋದು ಯಾಕ?" ಎಂದು ನಾನೂ, ವಲ್ಲಿಯೂ ಹಲವು ಬಗೆಯಲ್ಲಿ ಹೇಳಿ ನೋಡಿದೆವು. ಕೇಳಿ, ತಲೆಯಾಡಿಸುತ್ತಿದ್ದರು.

ಮೊನ್ನೆಯೊಂದು ಸಲ ಈ ಪ್ರಸ್ತಾಪ ಬಂದಾಗ – "ನಮ್ ವೇಣುಗೋಪಾಲಸ್ವಾಮಿ ಗುಡಿ ನಮ್ಮೂರಿಗೆ ಕೈಗನ್ನಡಿ ಇದ್ದಂಗ. ಗುಡಿಗೆ ವೈಭವ ನಮ್ ಹಳ್ಳೀ ಜನರಿಂದ್ಲೇ ಬರಬೇಕು. ಊರಿನ ಕಷ್ಟ ಸುಖಾ ದೇವರವು. ಊರಿನವರ ಸಾಲ, ಅಪಮಾನ, ಅವಮಾನಗಳು ಗುಡಿಯ ಮೇಲಿನ ನೆರಳುಗಳು. ಮಾಡಬೇಕಾದ ಬಿನ್ನಪಗಳನ್ನೆಲ್ಲಾ ಮಾಡೀವಿ. ಹೊರಬೇಕಾದ ಹರಕೆಗಳನ್ನೆಲ್ಲಾ ಹೊತ್ತೀವಿ. ಯಾಕೋ ನನ್ನ ಸ್ವಾಮಿ ಪರಾಕು ಬಿಡ್ತಿಲ್ಲ..." ಎನ್ನುತ್ತಾ ಅಪ್ಪ ಉತ್ತರೀಯದಿಂದ ಕಣ್ಣೊತ್ತಿಕೊಂಡರು.

ಆ ಬಳಿಕ ಅವರೊಡನೆ ವಾದಿಸುವ ಸಾಹಸಕ್ಕೆ ನಾವಿಳಿಯಲಿಲ್ಲ.

4

ಪೆದಕಾಪು ಅವರ ಅಂಗಳದಲ್ಲಿ ದೊಡ್ಡದೊಂದು ಮದರಂಗಿಯ ಪೊದೆಯಿತ್ತು. ವಲ್ಲಿಗೆ ಬೇಕಾದಾಗಲೆಲ್ಲಾ ಮದರಂಗಿಯ ಸಲುವಾಗಿ ನಾವಲ್ಲಿಗೆ ಹೋಗುತ್ತಿದ್ದೆವು.

"ತಡ್ರಿ... ಅದ್ಕ ಮುಳ್ಳಿರ್ತಾವು, ನಾವಾ ಕೋಯ್ಸಿ ಕಳಸ್ತೀನಿ" ಎಂದು ಪೆದಕಾಪು ದಂಪತಿ ನಮ್ಮನ್ನು ತಡೆಯಲು ಪ್ರಯತ್ನಿಸುತ್ತಿದ್ದರು.

"ಮುಳ್ಳು ಚುಚ್ಕೋಳ್ದಾರ್ದ ಮದರಂಗಿ ಹಚ್ಚಿದ ಕೈ ಕೆಂಪ್ಗಾಗಲ್ಲ" ಎನ್ನುತ್ತಾ ನಾವು ಮದರಂಗಿ ಕೊಯ್ಯುವ ಕೆಲಸಕ್ಕೆ ಬೀಳುತ್ತಿದ್ದೆವು. ಅವರೂ ಬಂದು ನಾಲ್ಕು ಕೈ ಜೋಡಿಸುತ್ತಿದ್ದರು. ಮೊನ್ನೆಯೊಂದು ಸಲ ಮದರಂಗಿ ಎಲೆಗಳನ್ನ ಬಿಡಿಸುತ್ತಾ ಹಳೆಯ ಸಂಗತಿಗಳನ್ನು ಅವರ ಬಾಯಿಂದ ಹೇಳಿಸಿಕೊಂಡು ಖುಷಿಪಟ್ಟೆವು.

ಈ ಸಲ ನಾನು ವಿಷಯ ಬದಲಾಯಿಸಿ, "ಅಪ್ಪ ಭಾಳ ಹೇಳ್ತಿರ್ತಾರ – ನಮ್ ಪೆದಕಾಪು ಕೊರಳೆತ್ತಿ ಪದಾ ಹಾಡೋದು

ನೀವು ಕಿವಿಯಾರೆ ಕೇಳಲೇಬೇಕು ಅಂತ. ನಮಗೋಸ್ಕರ ಒಂದು ಹಾಡೋ ಇಲ್ಲಾ ಪದಾನೋ ಹಾಡಬಾರ್ದಾ?" ಎಂದೆ ಸಲಿಗೆಯಿಂದ.

"ಇಲ್ಲ ಅಂತ ಯಾಕನ್ನಲಿ ಸ್ವಾಮ್ಯಾರ... ಆದ್ರ ಇಲ್ಲಿ ಹೆಂಗ ಹಾಡ್ಲಪ್ಪ? ಹಾಡಾಕ ಹೊಲ ಕಣಿಮಿ ಇರ್ಬೇಕು. ನಮ್ ದನೀನ ಮಾರ್ದನಿಸಾಕ ಸುತ್ತಾ ತಾಳೀಮರದ ಸಾಲು ಇರ್ಬೇಕು. ಕೈಯ್ಯಾಗ ಹಗ್ಗಾ, ಬಡಿಗೀ ಇರ್ಬೇಕು. ನಡುನಡುವಾ 'ಭೋ ಭೋ.... ಹೈ ಹೈ' ಅಂತಾ ಎತ್ತುಗೊಳನ್ನ ಹದ್ದಿನಾಗ ಇಡ್ತಾ, ಅವು ಮಾತು ಕೇಳದಿದ್ರ ಯಾಡು ಕೆಟ್ಟು ಬೈಗುಳ ಬೈತಾ – ಆಗ 'ಚೆಲ್ಲಿಯೋ ಚೆಲ್ಲಕೋ..' ಅಂತ ಹಾಡು ಎತ್ತಿಕೊಂಡ್ರ ಅದು ಮಾತು! ಆಕಾಶಾ ಉದಿರಿ ಬೀಳುವಂಗ್ ಇರಬೇಕು."

ಆ ಮಾತುಗಳಿಗೆ ವಲ್ಲಿ ಗಲಗಲನೆ ನಕ್ಕಳು.

ಪೆದಕಾಪು ಅವರು ಉತ್ಸಾಹದಿಂದ ವಲ್ಲಿಗೆ "ನಿಮ್ ಮಾವ್ಹೋರಿಗಿ 'ರಾಧೆಯ ರಮಿಸುತಾನೋ ಮಾಧವ, ಗೋಪಲದೇವ ರಾಧೆಯ ರಮಿಸುತಾನೋ...' ಹಾಡಂದ್ರ ಬಾಳ ಇಷ್ಟ. ಆ ಹಾಡಿನ ಸಲ್ವಾಗಿ ಹೊಲಕ್ಕೂನೂ ಬಂದು ನನ್ನಿಂದ ಹಾಡಿಸಿ ತಾವು ಕುಣ್ಕೋತಾ ಕೇಳ್ತಿದ್ರು" – ಎಂದು ತನ್ಮಯತೆಯಿಂದ ಹೇಳಿದರು.

ತಂಪಾದ ಹೊತ್ತಿನಲ್ಲಿ ಆ ಮಾತುಗಳಿಂದ ನಮ್ಮ ಮನಸ್ಸುಗಳು ತುಂಬಿಬಂದವು. ವಲ್ಲೀ ನಡುವಿಗೆ ಸುತ್ತಿಕೊಂಡ ಮೇಲ್ಸೆರಗು ಮದರಂಗಿಯಿಂದ ತುಂಬಿಕೊಂಡಿತು.

ನಾವು ಹೊರಡುತ್ತಿದ್ದಾಗ ಪೆದಕಾಪಮ್ಮ ವಲ್ಲಿಗೆ ಕುಂಕುಮ ಹಚ್ಚಿದರು. ಸಣ್ಣ ದುಂಡುಮಲ್ಲಿಗೆಯೊಂದನ್ನು ಕೊಡುತ್ತಾ, "ಮಗಳಾ! ರುಬ್ಬೂವಾಗ ಹೆಬ್ಬಳ್ಳಿನಷ್ಟು 'ಅಳಂಬು' ಹಾಕೀಯಂದ್ರ ಬೆಳಕರಿಯೋ ಹೊತ್ಗಿ ನಿಮ್ ಅತ್ತೀ ಸೊಸ್ಯಾರ ಕೈ ಹವಳದಂಗ ಕೆಂಪಾಕ್ಕಾವು" ಎಂದರು ನಗುತ್ತಾ.

ವಲ್ಲಿ ತನಗೆ ಗೊತ್ತೆಂಬಂತೆ ತಲೆಯಾಡಿಸಿದಳು.

ಹೋಗುತ್ತಿದ್ದ ವಲ್ಲಿ ನಿಂತು, ಏನೋ ನೆನಪಾದಂತೆ, "ಹುರುಳಿಕಾಳಿನ ಸಾರು ಬೇಸಿರ್‍ತ್ಯೆತಂತಲ್ಲ, ಹೆಂಗ ಮಾಡ್ತಾರೋ..." ಎಂದು ರಾಗವೆಳೆದಳು.

ಪೆದಕಾಪಮ್ಮ ಬೆಚ್ಚಿಬಿದ್ದು ಪೆದಕಾಪು ಅವರತ್ತ ನೋಡಿದರು.

"ಆ ಕಾಳಿನ್ ಹೆಸ್ರು ನಮ್ ಮನ್ಯಾಗ ಕೇಳಿಬರಬಾರ್‍ದು" – ಎಂದು ಪೆದಕಾಪು ಸ್ಪಷ್ಟವಾಗಿ ಹೇಳಿದರು.

ನಾನೂ, ವಲ್ಲಿಯೂ ತಪ್ಪುಮಾಡಿದವರಂತೆ ಅವರತ್ತ ನೋಡಿದೆವು. ಅದನ್ನು ಗಮನಿಸಿ–

"ಯಾಕಂತ ಹೇಳ್ತೀನಿ. ನಮ್ ಅವ್ವನ ಮಾತಿನಾಗೇ ಹೇಳ್ತೀನಿ. ಯಾಕಂದ್ರ ದಿನಾಲೂ ಒಂದ್ ಸಲ ಆಕಿ ಅದರ ಬಗ್ಗಿ ಬಾಯಿ ಬಡ್ಕೋತಿದ್ಲು. ಕೇಳ್ರಿ...

'ನನ್ ಚೊಚ್ಚಲ ಮಗ... ನಿನ್ನಣ್ಣ... ಹೆಂಗಿರ್‍ತಿದ್ದ... ರಾಜನಂಗ! ಆ ವರ್ಷಾ ಗಾಳೀಮಳಿ ಎಲ್ಲಾ ಬೇಸಿತ್ತು. ಬಗಡೀ ಹೊಲ್ದಾಗ ಹುಳ್ಳೀಕಾಳು ಬೇಸು ಬೆಳ್ದಿತ್ತು. ಕಣದಾಗ ದೊಡ್ಡದೊಂದು ರಾಶೀ ಮಾಡಿದ್ರು. ನಾಕು ವರ್ಷದ ಕೂಸು ಕಣದಾಗ ಹೋರಿ ಕರದ ಜೊತಿ ಆಡ್ಕಂತಿತ್ತು. ನಿಮಪ್ಪ ಮುದ್ದು ಮಾಡ್ತಾ ಆತ್ನನ್ನ ಎತ್ತಿಕಂಡು ರಾಶೀಮ್ಯಾಗ ಕೂಡ್ಸಿದ್ದ. ತನ್ ಕೆಲಸದಾಗ ತಾನಿದ್ದುಕಂಡು, ಸಲ್ಪ ಹೊತ್ತಿನ ಮ್ಯಾಕ ನೋಡಿದ್ರಾ ಕೂಸು ಕಾಣ್ಲಿಲ್ಲ. ಸುತ್ತಮುತ್ತ ಎಲ್ಲಿ ನೋಡುದ್ರೂ ಇಲ್ಲೇ ಇಲ್ಲ. ರಾಶೀಮ್ಯಾಕ ಆಡ್ತಾ ಆಡ್ತಾ ನನ್ ಕೂಸು ಹುಳ್ಳ್ಯಾಗ ಹೂತ್ಕಂಬುಡ್ತು. ಹುಳ್ಳೀಕಾಳು ಬಾಳ ಹಗುರಿರ್‍ತಾವಲ್ಲ. ಕಾಲ್ಕಿತ್ತಿ ಕಾಲಿಡುವಾಗ ಕೆಸರಿನ ಹೊಂಡದಾಗ ಹೆಂಗ ಹೂತೋಕ್ಕಾರೋ ಹಂಗಾ ರಾಶ್ಯಾಗ ಹೂತೋಗ್ಯಾನ. ಎಲ್ಲಾ

ಕಡಿ ಹುಡ್ಕಿದ್ವಿ. ಕೊನಿಗಿ ಹುಳ್ಳೀ ರಾಶ್ಯಾಗ ಉಸುರಿಲ್ದ ಹುಡುಗ ಸಿಕ್ತು. ಇವತ್ತಿಂದ ಹುಳ್ಳೀಕಾಳು ನನ್ ಮನೀಗಿ ಬರಬಾರ್ದು ಅಂತ ನಿಮಪ್ಪ ಆ ರಾಶೀನ ಅಲ್ಲೇ ಬಿಟ್ಬಿಟ್ಟ. ನಾನಾ ಕೈಯಾರ ನನ್ ಮಗನ್ನ ಹೂತಾಕೀನಿ ಅಂತ ನಿಮಪ್ಪ ಬಿಕ್ಕಿಬಿಕ್ಕಿ ಅತ್ತಿದ್ದ... ಬ್ಯಾಡ ಮಗನ. ಅವು ನಮಗ ಸರಿ ಬಂದಿಲ್ಲ, ಬ್ಯಾಡ ಮಗನ...'

ಅಂತ ನಮವ್ವ ಅದನ್ನಾ ನೆನ್ಸಿಕಂಡು ನೆನ್ಸಿಕಂಡು ಅಳತಿದ್ಳು."

ಇದ್ದಕ್ಕಿದ್ದಂತೆ ವಾತಾವರಣ ಬದಲಾಯಿತು. ಎಲ್ಲರ ಕಣ್ಣಲ್ಲೂ ಕಂಬನಿ. ಒದ್ದೆಕಣ್ಣುಗಳಿಂದಲೇ ಹೋಗಿ ಬರುತ್ತೇವೆಂದು ತಿಳಿಸಿ ಅಲ್ಲಿಂದ ಹೊರಟುಬಂದೆವು.

"ಹಂಗ ಎಲ್ಲಾರಾ ಆಗತ್ತಾ?" ಎಂದು ದಾರಿಯಲ್ಲಿ ಸಂದೇಹದಿಂದ ಕೇಳಿದಳು ವಲ್ಲಿ.

"ಹಾ... ಆಗುತ್ತ. ಹುರುಳಿಕಾಳು ಬಾಳ ಹಗೂರಿರ್ತಾವ. ರಾಶಿ ಹತ್ತಿ ಕೂತೋವ್ರು ಹಾಗೇ ಹೂತುಹೋಕ್ಕಾರ. ಬೇಕಾದ್ರ ಒಂದು ದೊಡ್ಡ ಬಟ್ಟಲ ತುಂಬಾ ಹುರುಳಿಕಾಳು ಹಾಕಿ ಅದರಾಗ ಹಲ್ಲೀನ ಬಿಟ್ಟು ನೋಡು. ನಾನು ಎಷ್ಟೋ ಸಲ ಕೇಳೀನಿ. ಇದೇನೂ ವಿಚಿತ್ರ ಅಲ್ಲ ಬುಡು" ಎಂದು ಹೇಳಿದೆ.

ಸಂಜೆಗತ್ತಲಲ್ಲಿ ಕೊಕ್ಕರೆಗಳು ಗೂಡು ಸೇರುತ್ತಿದ್ದವು. ರೆಂಬೆಕೊಂಬೆಗಳ ಮೇಲಿನ ಗೂಡುಗಳಲ್ಲಿ ಹಕ್ಕಿಗಳ ಕಲರವ ಕೇಳಿಬರುತ್ತಿತ್ತು. ರಾಜಗೋಪುರದ ಬಳಿ ಮೈಯೆಲ್ಲಾ ಕಣ್ಣಾಗಿಸಿಕೊಂಡು ಅಪ್ಪ ನಮಗಾಗಿಯೇ ಕಾದು ನಿಂತಿದ್ದರು. ವಲ್ಲಿಯ ಕಣ್ಣಲ್ಲಿಯ ಖುಷಿಯನ್ನೂ, ಉಡಿಯಲ್ಲಿನ ಮದರಂಗಿಯನ್ನೂ ಗಮನಿಸಿ "ನೋಡು ತಾಯಿ! ಮದರಂಗಿ ಎಲಿಗಳನ್ನ ನಮಗೆ ನಾವೇ ಬಿಡಿಸ್ಕಾಬೇಕು. ಇಟ್ಟುಗೊಳ್ಳೋ ಕೈಗಳೇ ರುಬ್ಬಿಕಾಬೇಕು. ನಾಲ್ಕು ಹೆಂಗಸರ ಜೊತಿ ಸೇರಿಕೊಂಡು ಹಚ್ಕಾಬೇಕು. ಹಾಲಿನಂತಾ ಬೆಳದಿಂಗಳದಾಗ ಅದೊಂದು ಉತ್ಸವದಂಗ ಸಾಗಿದ್ರಾ, ಜಗುಲಿ ಮೇಲಿನ ಹರಟೇನೂ ರಂಗೇರಿ, ಕೈಗಳೂ ಕೆಂಪಗಾಗ್ತಾವ" ಎನ್ನುತ್ತಾ ಅಪ್ಪ ನಮ್ಮನ್ನು ಮನೆಯತ್ತ ನಡೆಸಿದರು. ಅಮ್ಮ ಎದುರುಬಂದು ಮದರಂಗಿಯನ್ನು ತೆಗೆದುಕೊಂಡು ಖುಷಿಗೊಂಡಳು.

5

ಸಾಂಬಶಿವರಾವಿಗೆ ಕಲ್ಯಾಣದ ಶುಭಸಮಯ ಬಂದು ಬಿಟ್ಟಿತು.

"ದೊಡ್ ಸ್ವಾಮ್ಯಾರ! ಕೈಯಾಗ ಬಿಡಿಗಾಸಿಲ್ಲ. ಸಾಲ ಕೊಡೊ ಕೈಯಿಲ್ಲ. ಏನ್ ಮಾಡಾಮ?" ಎನ್ನುತ್ತಾ ಕೂತರು ಪೆದಕಾಪು.

ಕೃಷ್ಣಸ್ವಾಮಿ ವ್ಯವಹಾರಿಕವಾಗಿ ಯೋಚಿಸಿದರು. ದೇವರನ್ನು ನೆಪ ಮಾಡಿಕೊಂಡರು.

"ಹುಡುಗನಿಗೆ ಹರಕೆ ಇದೆ. ಮದುವೆ ನಮ್ಮೂರಲ್ಲೇ ನಡೀಬೇಕು" ಅಂತ ಹೆಣ್ಣಿನ ಕಡೆಯವರಿಗೆ ಹೇಳಿಸಿದರು.

"ನೀವೇ ನಮ್ ಹಳ್ಳಿಗೆ ಬಂದರೆ, ಸ್ವಾಮಿ ಸನ್ನಿಧಾನದಾಗೇ ಅಕ್ಷತೆ ಹಾಕಿಸಾಮ" ಎಂದು ಕೃಷ್ಣಸ್ವಾಮಿ ಸೇರಿಸಿದರು.

"ಹಂಗಾದ್ರ ಸರಿ... ಹುಡ್ಗೀ ಮದುವಿ ಖರ್ಚಿಗೆ ಇಟ್ಟಿದ್ದ ರೊಕ್ಕಾನೆಲ್ಲಾ ನಿಮ್ ಕೈಗಿ ಕೊಡ್ತೀವಿ. ನಮಗ ಕೆಟ್ಟೆಸರು ಬರದಂಗ ನೋಡ್ಕಂಡು, ನೀವಾ ಎಲ್ಲಾ ಮಾಡ್ರಿ" ಎಂದರು ಮದುಮಗಳ ಕಡೆಯವರು.

ಪೆದಕಾಪು ದಂಪತಿಗಳು ನಿಟ್ಟುಸಿರು ಬಿಟ್ಟರು. ಯಾವ ತಡವಿಲ್ಲದೆಯೇ ಮದುವೆ ಮುಹೂರ್ತ ನಿಶ್ಚಯವಾಯಿತು. ಅಟ್ಲಾಂಟಾದಿಂದ ಶಿವನ ಅಕ್ಕ ಚಿಟ್ಟೆಮ್ಮ ಮದುವೆಗೆ ಬಂದಳು. ಬಾವಯ್ಯನಿಗೆ ರಜೆಯಿಲ್ಲವೆಂದಳು. ಮಗಳಿಗೆ ಸ್ಕೂಲಂತೆ. ಅಂಥಾ ಮದುವೆ ಸಂಭ್ರಮದಲ್ಲೂ ಚಿಟ್ಟೆಮ್ಮ ನನ್ನ ಬಳಿ ಬಂದು, "ನಮ್ ಶಿವಪ್ಪ ಸುಮ್ನೆ ನಿಮ್ ತಕ್ಕ ಇದ್ದು ಓದ್ಕೊಂಡಿದ್ರೆ ಚೆನ್ನಾಗಿರ್ತಿತ್ತು. ಅವನಿಗೂ ಯಾವುದೋ ಒಂದು ಹಾದಿ ಸಿಗ್ತಿತ್ತು" ಎಂದಳು.

"ಪರ್ವಾಗಿಲ್ಲ ಬಿಡು, ಈಗ ನಿಮ್ಮಪ್ಪನಿಗೆ ಶಿವನ ಆಸರೆ ಬಾಳ ಮುಖ್ಯ. ತನ್ ಹಾದಿ ತಾನಾ ಕಂಡ್ಕೋತಾನ" ಎಂದು ತಿಳಿಸಿ ಹೇಳಿದೆ.

ಅಪ್ಪ–ಅಮ್ಮಂದಿರ ಜೊತೆಗೆ ನಾನು, ವಲ್ಲಿ ಸಹ ಶಿವನ ಮದುವೆ ಕೆಲಸದಲ್ಲಿ ಸಂಪೂರ್ಣ ಮುಳುಗಿ ತಲಾ ಒಂದು ಕೈಹಾಕಿದೆವು.

ತೋರಣ ಕಟ್ಟುವುದರಿಂದ ಹಿಡಿದು, ಅಡುಗೆ ಉಪಚಾರಕ್ಕೂ, ಸೌಟು, ಗಂಗಾಳಗಳು ಸಹ ನಾವೇ ಆದೆವು. ಯಾವ ಕುಂದು–ಕೊರತೆ ಇಲ್ಲದಂತೆ ಮದುವೆ ಮುಗಿಯಿತು.

"ನೀವೆಲ್ಲಾ ನಿಂತು ನನ್ ಮುದುವಿ ಬೇಸು ಮಾಡ್ದೀರಿ" ಎಂದು ಶಿವ ತುಂಬಾ ಖುಷಿಗೊಂಡ.

"ನಮ್ ದೊಡ್ ಸ್ವಾಮ್ಯಾರು ನಮ್ ಪಾಲೀನ್ ದೇವ್ರು. ಚಕ್ರ ಅಡ್ಡಾಕಿ ನನ್ ಮಾತು ನಿಲ್ಸಿದ್ರು" ಎಂದು ಪೆದಕಾಪು ಜೋಡಿಸಿದ ಕೈಗಳನ್ನು ಬಿಡಿಸಲೇಯಿಲ್ಲ.

ಒಳಗುಟ್ಟು ಆ ಪೆರುಮಾಳನೇ ಬಲ್ಲ!

6

ನಾನು ಮತ್ತೊಮ್ಮೆ ಹಳ್ಳಿಗೆ ಬರುವ ಹೊತ್ತಿಗೆ ಹೊಸ ಮದುಮಗ ಹಳತಾದ.

ಸ್ವಲ್ಪ ಮೈತುಂಬಿ ಚೆಂದ ಕಾಣಹತ್ತಿದ್ದ.

"ಪೆದಕಾಪಿನ ಸೊಸಿ ಕಷ್ಟಾ–ಸುಖಾ ತಾಳೋ ಹುಡುಗಿ. ಬಾಳ ಸಂಪನ್ನ ಆದಾಳ" ಎಂದು ಅಪ್ಪ–ಅಮ್ಮ ವನಮ್ಮಗೆ ಯೋಗ್ಯತಾ ಪತ್ರ ಕೊಟ್ಟರೆಂದು ನಾನು ಶಿವನಿಗೆ ಹೇಳಿದಾಕ್ಷಣ ಆತ –

"ತಾಳಲಾರ್ದ ಏನ್ ಮಾಡ್ತಾಳ? ಹಳ್ಳಕ್ಕ ಬಿದ್ದಮ್ಯಾಕ ಈಸದಿದ್ರ ಮುಗೀತು ಕತಿ" ಎಂದ.

ಅವನ ಕಣ್ಣಲ್ಲಿ ಕಣ್ಣಿಟ್ಟು ನೋಡಿದೆ.

"ಯಾಮಾತಿಗೆ ಆ ಮಾತು ಹೇಳ್ಕಾಕಬೇಕು! ಪಾಪ, ವನಮ್ಮ ಒಳ್ಳೇಕಿನಾ ಅದಾಳ್ರಿ" ಎಂದು ಸ್ವರ ಬದಲಾಯಿಸಿ, "ನಾಳಿ ದಿನ ಬೇಸಿರತ್ತೈತಂತ ಈ ದಿನ ಚೆಂದ ನಕ್ಕೋತ ಇರೋ ತರದಾಕಿ" ಎಂದ.

ಶಿವನ ಮಾತಿನಲ್ಲಿ ಪ್ರೀತಿ–ಆದರಗಳು ತುಳುಕುತ್ತಿದ್ದವು.

ಒಂದು ಕ್ಷಣ ತಡೆದು ಎತ್ತಲೋ ನೋಡುತ್ತಾ – "ಈ

ಟಯಮ್ನಾಗ ವನಮ್ಮ ಇಲ್ಲದಿದ್ರ ಸತ್ತು ಹೊಕ್ಕಿದ್ನಿ. ಖರೇ ಹೇಳಕತ್ತೀನಿ ಸಣ್ ಸ್ವಾಮ್ಯಾರಾ" – ಶಿವನ ದನಿ ಸಣ್ಣದಾಯಿತು.

ಅವನ ಬೆನ್ನು ತಟ್ಟಿ ಸಮಾಧಾನ ಹೇಳಿದೆ.

ಗೆಳೆಯನಿಗೆ ಅನುಕೂಲವತಿ ಸಿಕ್ಕಿದಕ್ಕೆ ಖುಷಿಗೊಂಡೆ.

ಶಿವ ತಿಳಿಗೊಂಡು, "ಹೆಸರಿಗೆ ಮಾತ್ರ ಪೆದಕಾಪು" ಎನ್ನುತ್ತಾ ಮೂಗು ಮುರಿದು, "ಇದ್ದದ್ದು ಹನ್ಯಾಡು ಎಕ್ರಿ. ಅದರಾಗ ಮೂರೆಕ್ರಿ ನಮ್ ಅಕ್ಕಗ ವರದಕ್ಷಿಣಿ ಅಂತ ಕೊಟ್ಟೀವಲ್ಲ. ಇನ್ನುಳಿದದ್ದು ಒಂಬತ್ತು" ಎನ್ನುತ್ತಾ ಆ ಸಂಖ್ಯೆಯನ್ನು ಒತ್ತಿ ಹೇಳಿದ – "ಎಲ್ಲಾ ಹೋಗಿ ಪೆದಕಾಪು ಅನ್ನೋ ಬಿರ್ದು ಮಾತ್ರ ಉಳುದೈತಿ."

ಶಿವನ ಮಾತನ್ನು ತಡೆದು, ನಾನೇನೋ ಹೇಳುತ್ತಿರಲು, ಹಿಂದಿನಿಂದ ಕೃಷ್ಣಸ್ವಾಮಿಯ ದನಿ ಠಣ್ ಎಂದು ಪುಟಿದು ಬಂತು.

"ಏನಿದ್ರೂ, ಹೋದ್ರೂ ಯಾವತ್ತೂ ನಿಮ್ಮಪ್ಪ ಮಾತು ತಪ್ಪಿದೋನಲ್ಲ, ಆದ್ರಿಂದ ಪೆದಕಾಪು ಆಗ್ಯಾನ. ವರ್ಷಾನುಗಟ್ಲೆ ಹಾಳುಚಾಕರಿ ಮಾಡಿದ ಊಳೆತ್ತುಗಳ ಶಕ್ತಿ ಉಡುಗಿ ಹೋದ್ರೂ ಹಂಗೇ ಬಿಟ್ ಬಿಡ್ಲಿಲ್ಲ, ಅವುಗಳ ಕತ್ತು ತೊಳೆದು ಪೋಷಣೆ ಮಾಡ್ಯಾನ. ಹಾಲಿನಿಂದ ಕತ್ತು ತೊಳೆದ ಮ್ಯಾಕ, ಇನ್ನು ನೊಗಕ್ಕ ಸ್ವಸ್ತಿ. ಅವು ಇದ್ದಷ್ಟು ವರ್ಷ ತಂಪಾದ ತಾಳೆಗರೀ ಹಂದರಗಳ ಕೆಳಗ, ಒಣಹುಲ್ಲಿನ ಗಾದಿಗಳ ಮ್ಯಾಕ ಪಚ್ಚೆಹುಲ್ಲು ಮೇಯ್ತಾ, ಪೆದಕಾಪನ್ನು ಆಶೀರ್ವದಿಸುತ್ತಾ ಕಾಲ ಕಳುದ್ವು. ಅದಕ್ಕಾ ರಾಘವಯ್ಯ ಪೆದಕಾಪು.

"ಹೊಲದ ಕೆಲಸ ಇರದಿದ್ದ ಹೊತ್ತಿನಾಗ ಮನೆಯ ಹತ್ತಿರ ರೈತ ಮಾಡಬೇಕಾದ ಕೆಲಸಗಳನ್ನೆಲ್ಲಾ ಒಂದು ವ್ರತದಂಗ ಮಾಡ್ಯಾನ. ನಾರಿನಿಂದ ಹಗ್ಗ ಹೊಸೀಬೇಕೆಂದ್ರ ನಮ್ ಪೆದಕಾಪೇ ಹೊಸೀಬೇಕು. ಎತ್ತಿನಗಾಡೀ ಹಗ್ಗ, ಬಣವೀ ಹಗ್ಗ, ನೀರ್ ಸೇದೋ ಹಗ್ಗ, ಕಡೆಗೋಲು ಹಗ್ಗ, ಬಾಯಿಕಲ್ಲಿ ಹಗ್ಗ – ಇನ್ನ ತೆಂಗಿನ ನಾರಿನ ವಿಷಯಾ ಹೇಳಲೇಬಾರದು, ನೋಡ್ತಿದ್ದೀ ಅಲ್ಲ ಈಗ್ಲೂ.

"ಮಾಧವಾ! ನೀನು ನೋಡಿದ್ಯೋ ಇಲ್ವೋ... ಅವರ ಮನೇಲಿ ರಾಗೀಮಂಚ ಇರ್ತಿತ್ತು. ಅದು ನಾರಿನ ಹಗ್ಗದಿಂದ ದಟ್ಟವಾಗಿ ಹೆಣೆದಿದ್ದ ಮಂಚ. ಅದರ ಮೇಲೇನೇ ರಾಗಿ ಒಣಗಿಸಬೋದು.

ಒಂದು ಕಾಳೂ ಸೋರಂಗಿಲ್ಲ. ಕೆಲಸ ಅಂದ್ರೆ ಅದು! ಅದಕ್ಕೆ ಮುಂಡಿ ನಾರು ಇರಬೇಕು. ರಾಘವಯ್ಯನಂಥ ಸಿದ್ಧಹಸ್ತನಿರಬೇಕು. ಶಿವಯ್ಯಾ! ಅದಕ್ಕೇ ನಮ್ ರಾಘವಯ್ಯ ಪೆದಕಾಪಾಗಿ ಉಳಿದ... ತಿಳೀತಾ?" ಎಂದು ಹೇಳಿ ಮುಗಿಸಿ, 'ನಾರದಾದಿಮುನಿಬೃಂದವಂದಿತಂ...' – ಗುನುಗುತ್ತಾ ಹೋದರು ಕೃಷ್ಣಸ್ವಾಮಿ.

ಬೆಚ್ಚಿಬಿದ್ದ ಶಿವ ಮಾಮೂಲಿ ಸ್ಥಿತಿಗೆ ಬರಲು ಸಮಯ ಹಿಡಿಯಿತು. 'ದೊಡ್ ಸ್ವಾಮ್ಯಾರು' ಹೋಗೋವರೆಗೂ ಉತ್ಸವ ಮೂರ್ತಿಯ ಮರೆಯಲ್ಲಿ ಅಡಗಿ ನಿಂತ.

ನನಗೆ ನಗು ಬಂತು.

"ಅಯಪ್ಪೋ! ಇಲ್ಲಿ ವಾಹನಗಳಿಗೂ ಕಿವಿ ಅದಾವ ಸ್ವಾಮ್ಯಾರ... ಬಾಯಿ ಹದ್ದಿನಾಗ ಇಟ್ಕಾರ್ಬೇಕು" ಅಂತ ಶಿವ ತುಂಟನಗೆಗೆ ಕ್ಷೀಣ ಸ್ವರವನ್ನು ಜೋಡಿಸಿ ಹೇಳಿದ.

7

ಇದ್ದಕ್ಕಿದ್ದಂತೆ ನಮ್ಮೂರಿಗೆ ಅರ್ಧ ತಾಸಿನ ದೂರದಲ್ಲಿದ್ದ ಮೇನ್‌ರೋಡಿನ ಬಳಿ ಕೋಲಾಹಲವೆದ್ದಿತು. ವಿಚಾರಿಸಿದಾಗ ಅಲ್ಲೊಂದು ದೊಡ್ಡ ಕಾರ್ಪೊರೇಟ್ ಕಾಲೇಜು ನಿರ್ಮಾಣಗೊಳ್ಳಲಿದೆ ಎಂದರು. ಏಕಾಏಕಿ ನೂರು ಎಕರೆಯ ನೀರಾವರಿ ಭೂಮಿಯನ್ನು ಖರೀದಿಸಿ ಲೆವಲ್ ಮಾಡಿದರು. ಮುಂಭಾಗದಲ್ಲಿ ಕಾಲೇಜು ಬಿಲ್ಡಿಂಗುಗಳಿಗೆ, ಹಿಂಭಾಗದಲ್ಲಿ ಹಾಸ್ಟೆಲುಗಳಿಗೆ ಬುನಾದಿ ಹಾಕಲಾರಂಭಿಸಿದರು. ಹಗಲಿಗೂ ಇರುಳಿಗೂ ಅಲ್ಲಿ ವ್ಯತಾಸವೇ ತಿಳಿಯುತ್ತಿಲ್ಲ. ಎಂದೂ ನೋಡಿರದಂತಹ ಭಾರೀ ಯಂತ್ರಗಳು ಕೆಲಸಕ್ಕಿಳಿದವು. ವರ್ಷದೊಳಗೆ ಎಲ್ಲಾ ಕೆಲಸ ಮುಗಿದು ಬಿಲ್ಡಿಂಗುಗಳು ಸಜ್ಜುಗೊಳ್ಳಬೇಕಂತೆ. ಮತ್ತೊಂದು ಭಾಗದಲ್ಲಿ ಸಾವಯುವ ಬೇಸಾಯ ಶುರುವಾಯ್ತು. ತರಕಾರಿ ತೋಟ, ಹಣ್ಣಿನ ತೋಟ ಸಿದ್ಧವಾಗ ತೊಡಗಿದವು. ದೇಶೀಯ ಆಕಳು, ದನಗಳುಳ್ಳ ಡೈರಿ ಫಾರ್ಮ್ ಎಲ್ಲಾ ಬೆಡಗು–ಬಿನ್ನಾಣಗಳಿಂದ ತಲೆಯೆತ್ತಲಾರಂಭಿಸಿದವು.

"ನಿಮ್ಮ ಮಕ್ಕಳಿಗೆ ರಾಸಾಯನಿಕರಹಿತ ಬ್ರೌನ್‌ರೈಸ್, ತಾಜಾ ಹಣ್ಣು, ತರಕಾರಿ, ಬೇಳೆ, ಶುದ್ಧವಾದ ಆಕಳ ತುಪ್ಪ, ಹಾಲು, ಕಮ್ಮನೆಯ ತಿಳಿಗಾಳಿಯೊಂದಿಗೆ ಶಿಸ್ತಿನಿಂದ ಕೂಡಿದ ವಿದ್ಯೆಯನ್ನು ಕೊಡುವುದೇ ನಮ್ಮ ಗುರಿ (ಮಿನರಲ್ ವಾಟರ್ ಪ್ಲಾಂಟ್ ಸಹ ಇದೆ)" – ಈ ಪ್ರಕಟಣೆಯೊಂದಿಗೆ, ಅನೇಕ ವಿವರಗಳು, ಫೋನ್ ನಂಬರ್‌ಗಳುಳ್ಳ ದೊಡ್ಡ ದೊಡ್ಡ ಬೋರ್ಡುಗಳನ್ನು ಒಂದಕ್ಕೆ ನಾಲ್ಕು ಕಡೆ ನಿಲ್ಲಿಸಿದ್ದಾರೆ. ಬೇಕಾದರೆ ಪೇರೆಂಟ್ಸು, ಗ್ರಾಂಡ್‌ಪೇರೆಂಟ್ಸು ಬಂದು ಮಕ್ಕಳ ಜೊತೆಗೆ ನಾಲ್ಕು ದಿನ ಕಳೆದು ಹೋಗಲಿಕ್ಕೆ ತಕ್ಕ ವಸತಿ ಇದೆಯಂತೆ. ಸುವಿಶಾಲವಾದ ಆಟದ ಮೈದಾನವಂತೆ! ಅಗತ್ಯಬಿದ್ದಾಗಲೆಲ್ಲಾ ಹೆಲಿಕಾಪ್ಟರ್ ಅಲ್ಲಿ ಲ್ಯಾಂಡ್ ಆಗುತ್ತದಂತೆ! ಕೆಲ ಲೆಕ್ಚರರ್‌ಗಳು ಹೆಲಿಕಾಪ್ಟರಿನಲ್ಲಿ ತಿರುಗುತ್ತಾ ದಿನವೂ ಎರಡು ಮೂರು ದೂರದ ಕಾಲೇಜುಗಳನ್ನು ಕವರ್ ಮಾಡುತ್ತಾರಂತೆ! ಹೀಗೆ ಒಂದೇ, ಎರಡೇ, ನೂರಾರು ಸಂಗತಿಗಳು ಅಲ್ಲಿಯ ಜನರ ಮಾತಿನಲ್ಲಿ ಸಂಚರಿಸತೊಡಗಿದವು.

ಕೆಲವು ವರ್ಷಗಳಿಂದ ಸ್ತಬ್ಧವಾಗಿದ್ದ ಊರು ಈಗ ನಲಿದಾಡತೊಡಗಿತು.

8

ಕಟ್ಟೆಯ ಮೇಲೆ ಕೂತು, ತಾಳೆಹಣ್ಣಿನ ಗೊರಟೆಯನ್ನು ಮೈಮರೆತು ಚೀಪುತ್ತಿದ್ದರು ಪೆದಕಾಪು. ಹತ್ತಿರಕೆ ಕರೆದು ಕಟ್ಟೆಯ ಮೇಲೆ ಕೂಡಲಿಕ್ಕೆ ನನಗೂ ಜಾಗ ಕೊಟ್ಟರು.

"ನೀವು ತಿನ್ನಲ್ಲಂತ ಗೊತ್ತು ಸ್ವಾಮ್ಯಾರ, ಆದ್ರ ರುಚಿ ಅಂದ್ರ ತಾಳಿ ಹಣ್ಣಿಂದಾ ನೋಡ್ರಿ. ಮೂರು ತೊಳಿ ಬಲಿತು ಮೂರು ಗೊರಟಿ ಅಕ್ಕಾವ. ಗಿಡದಾಗನಾ ಹಣ್ಣಾಗಿ ಉದುರಿದ ಮ್ಯಾಕ ಬೇಸು ಸುಟ್ಟು, ಇಗಾ ಹೀಂಗ ತಿಂತಾಯಿದ್ರ ಮತ್ತ... ನಾಯೇನ್ನೇಳ್ಲಿ? ಮಾನೆಣ್ಣು ತಿಂದ್ರಾ ಅದರ ಮಜಾ ಬರೀ ತಿಂದು ಮುಗ್ಸೋ ಮಟಾನಾ. ತಾಳೀ ಹಣ್ಣಿನ್ ರುಚಿ ಆ ದಿನ ಪೂರ್ತಿ ನಮ್ಮನ್ನ ಕಾಡತೈತಿ."

ನಾನು ಅಯೋಮಯವಾಗಿ ನೋಡಿದೆ.

"ಕೇಳ್ರಿ, ತಾಳೀಹಣ್ಣಿನ್ ಎಳಿ ಹಲ್ಲಿಗಿ, ಅಂಗುಳಿಗಿ, ಇನ್ನಾ ಗಂಟ್ಲು ಮಟಾ ಸುತ್ಕೋತಾವ. ಅವು ಒಂದೊಂದಾ ಸಿಕ್ಕು ಬಿಡಿಸ್ಕಂಡು ನಾಲಿಗಿ ಮ್ಯಾಕ ಬರ್ತಾವ. ಆಗ ಅದ್ರ ಸಿಹೀನಾ ಸಿಹಿ. ಸಣ್ಣೋರಿದ್ದಾಗ ತಾಳೀಮರ ಹತ್ತಿ, ಅಲ್ಲೇ ಕೂತು ತಾಳಿಕಾಯಿ ಕೊಯ್ದು ತಿಂದದ್ದು ನೆನಪಾಕ್ಕೈತಿ. ಹೋರಿ ಕರದ ಮ್ಯಾಕ ಕೂತು ಕಬ್ಬ್ ತಿಂತಾ ಕೆರೀ ತಕ್ಕ ದೋಸ್ತುರ ಗೂಡ ತಿರಗಾಡಿದಂಗ ಇರ್ತೈತಿ. ಅಯ್ಯೋ! ನಿಮಗ ಅದರ ಪ್ರಾಪ್ತಿ ಇಲ್ಲ ಬುಡ್ರಿ" – ಎಂದು ನಗುತ್ತಾ ಹೋಗಿ ಮುಖದ ತುಂಬಾ ಮೆತ್ತಿಕೊಂಡ ತಾಳೆಯ ತಿರುಳನ್ನು ತೊಳೆದುಕೊಂಡು ಬಂದು ಕೂತರು.

ಪಕ್ಕದಲ್ಲೇ ನಿಲ್ಲಿಸಿದ ನೇಗಿಲನ್ನು ತೆಗೆದು, ಅದರ ತುದಿಯನ್ನು ತಮ್ಮ ಮಡಿಲಲ್ಲಿ ಇಟ್ಟುಕೊಂಡರು. ನಾನು ಕಣ್ಣಗಲಿಸಿ ನೋಡುತ್ತಾ ಕುಳಿತೆ.

ಅಲ್ಲೇ ಇದ್ದ ಸಣ್ಣ ಎಣ್ಣೀ ಡಬ್ಬಿ ತೆಗೆದುಕೊಂಡು, ಅದರೊಳಗೆ ಹತ್ತಿಯನ್ನು ಅದ್ದಿ ತಗೆದರು.

"ಇದು ಅಗಸೀ ಎಣ್ಣಿ. ನೇಗಿಲ ದಿಂಡಿಗಿ ಆಗಾಗ ಹಚ್ತಾ ಇರ್ಬೇಕು. ಇಗಾ ಈ ತುದೀಗಿ ಬಿಗ್ದಿದ್ದ 'ಗುಳ' ಜಂಗು ಹಿಡಿಬಾರ್ದಂತ ಇದಕ್ಕ ಹಚ್ಬೇಕು" ಎನ್ನುತ್ತಾ ಆ ಕೆಲಸ ಮುಗಿಸಿ ನೇಗಿಲನ್ನು ಹೆಗಲಿಗೇರಿಸಿಕೊಂಡು ಹೋಗಿ ಪಕ್ಕಕ್ಕಿದ್ದ ಗೋಡೆಗಾನಿಸಿದರು.

ಕೆಲಸ ತೀರಿದ ಮೇಲೂ ನೇಗಿಲ ಮೇಲೆ ಆ ರೈತನಿಗಿದ್ದ ಶ್ರದ್ಧೆ, ಪ್ರೀತಿ ನನ್ನನ್ನು ಮೂಕನನ್ನಾಗಿಸಿದವು.

ಎಣ್ಣೆ ಹತ್ತಿದ ಕೈಗಳನ್ನು ಪಾದಕ್ಕೆ ವರೆಸುತ್ತಾ, "ಇನ್ನೇನ್ ಸಮಾಚಾರ ಸ್ವಾಮ್ಯಾರ" ಎಂದು ಸಲಿಗೆಯಿಂದ ಕೇಳಿದರು.

ಏನಿಲ್ಲ ಎನ್ನುತ್ತಲೇ, "ಇದನ್ನ ಯಾವ್ ಮರದಿಂದ ಮಾಡ್ತಾರ?" ಎಂದು ಆಸಕ್ತಿಯಿಂದ ಕೇಳಿದೆ.

"ಹೆಚ್ಚಾಗಿ ಜಾಲಿ ಮರದಿಂದ ಮಾಡ್ತಾರ."

ನನ್ನತ್ತ ನೋಡಿ, ನಾಲಿಗೆಗೆ ಸಿಕ್ಕ ತಾಳೆಹಣ್ಣಿನ ಎಳೆಯನ್ನು ಚಪ್ಪರಿಸುತ್ತಾ, "ನೇಗಿಲ ದಿಂಡು ಪ್ಯಾಟಾಗೋ, ಸಂತ್ಯಾಗೋ

ಸಿಗುವಂತದ್ದಲ್ಲ. ಇದ್ರ ಕತಿ ಹೇಳ್ತೀನಿ, ಕೇಳ್ರಿ” ಎಂದು ಶುರುಮಾಡಿದರು.

“ಅಯ್ಯಪ್ಪೋ! ಮೊದ್ಲು ದಿಂಡಿಗಿ ದಿಮ್ಮಿ ಸಿಗ್ಬೇಕು. ಒಳ್ಳೇ ಸಾರ ಇರ್ಬೇಕು. ಹತ್ತು ಗೇಣಿನ್ ಜಾಲಿ ದಿಮ್ಮನ್ನ ನಾಲ್ಕು ಅಮಾಸಿ ಮಟಾ ನೀರಾಗ ಹಾಕಿಡ್ಬೇಕು. ಆಮ್ಯಾಕ ಹೊರಾಕ್ ತಗ್ದು ಒಂದ್ ತಿಂಗ್ಳು ಬಿಸ್ಲಾಗ ಬಿಡ್ಬೇಕು. ಮ್ಯಾಗಿನ ತೊಗಟಿ ಬೇಸು ಸುಲೀಬೇಕು. ಆಮ್ಯಾಕ ಬಡಗೀ ಅದನ್ನ ತಟ್ಟಿ, ತಿರುವಿ, ಎಲ್ಲಾ ಕಡಿಯಿಂದ ನೋಡಿ, ಒಳ್ಳೇ ಚಕುನದಾಗ ಕೆಲಸಕ್ಕಿಳೀತಾನ. ಯಪ್ಪೋ! ಅದೊಂದು ದೊಡ್ಡ ಅಂಗಾಮಾ” ಎನ್ನುತ್ತಾ ಉಸಿರೆಳೆದುಕೊಂಡು ನನ್ನತ್ತ ನೋಡಿದರು.

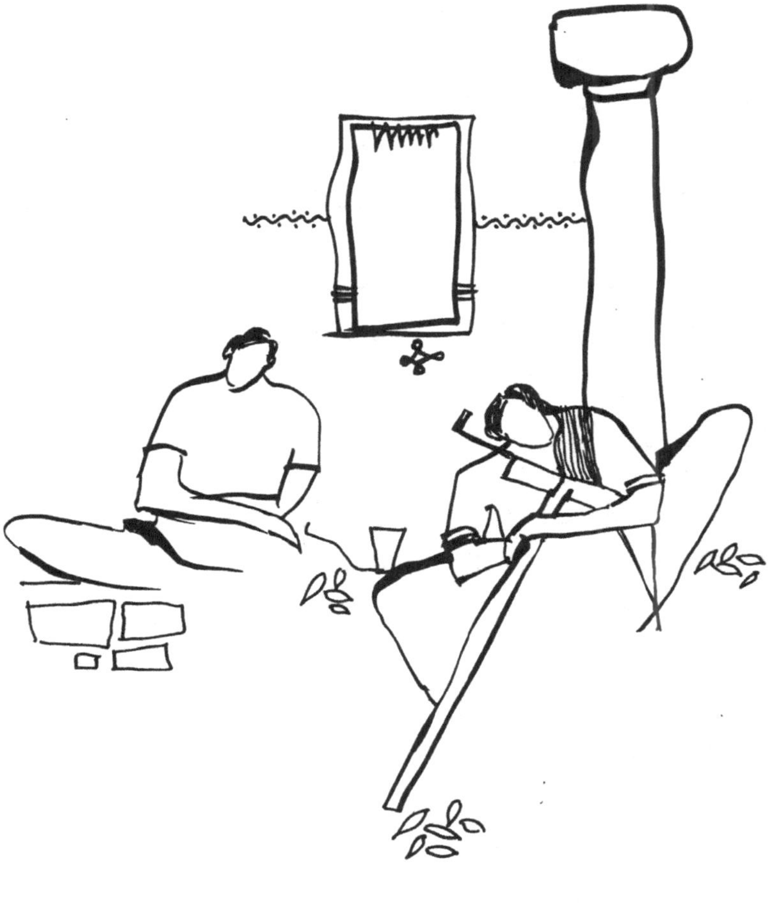

ನನ್ನ ಕಣ್ಣು ಕತೆಯನ್ನು ಮುಂದುವರೆಸಿ ಎನ್ನುವಂತೆ ನೋಡಿದವು. ಮತ್ತೆ ಕತೆ ಶುರುವಾಯಿತು.

"ಬಡಗೀ ನೋಟ ಬಾಳ ಚುರ್ಕು. ಅವನದು ಹಕ್ಕೀ ತರ ಚಿಕ್ಕ ಆಕಾರ. ಸೊಂಟಕ್ಕ ಪುಟುಗೋಸಿ, ಹಣಿ ಮ್ಯಾಕ ಸಣ್ಣ ಕುಂಕ್ಮ ಬೊಟ್ಟು, ಕೊಳ್ಳಾಗ ನೇತಾಡೋ ದೊಡ್ ರುದ್ರಾಕ್ಷಿ; ಸಣ್ಣ ಲಿಂಗದ ಕಲ್ಲಿನ ಗತಿ ಇರೋ ಬಡಗೀನ 'ನೀ ಮಾಟಗಾರನ ಗತಿ ಇರ್ತೀ ಕಕ್ಕಾ' ಅಂದ್ರ, 'ಹೌದು ಮತ್ತ, ನಾ ಮಾಟಗಾರನಾ. ನೇಗಿಲ ದಿಂಡನ್ನ ಕೆತ್ತೋದಂದ್ರ ಸುಮ್ನೇನಾ, ಆ ದೇವ್ರನ್ನ ಕೆತ್ತಿದಂಗಲ್ಲೇನು?' ಅಂತಿದ್ದ.

"ದಿಮ್ಮಿಗೆ ಒಂದ್ ಪಕ್ಕ ನಿಂತು ಬಾಚೀಲೆ ಆತ ಕೆತ್ತೋದು ಬಾಳ ಮಜಾ ಇರ್ತಿತ್ತು. ದಿಮ್ಮಿ ಮ್ಯಾಕ ಎಲ್ಲೂ ಅಳತಿ-ಗಿಳತಿ, ಗೀಟು-ಗೆರಿ ಇರಂಗಿಲ್ಲ. ಅವೆಲ್ಲ ಕಕ್ಕನ ತೆಲ್ಯಾಗ, ಕಣ್ಣಾಗ ಇರ್ತಾವಷ್ಟ. ದಿನಾ ಮುಂಜಾಲಿ ಎಳೀ ಬಿಸ್ಲಿನಾಗ ಒಂದ್ ತಾಸಷ್ಟಾ ಈ ಕೆಲ್ಸ ಮಾಡ್ತಿದ್ದ.

"ಕೆಲಸ ಮುಗಿಯೋ ತನಕ ತಿಂಗಳ ಪೂರ್ತಿ ದಿನಾ ಪ್ಲಾಸ್ಕು ತುಂಬಾ ಕಾಪಿ ವಯ್ಬೇಕು. ಮತ್ತ ಮತ್ತ ಕಾಪೀ ಕುಡ್ಯೋದು ಬಡಗಿಗೆ ರೂಡಿ. ನಾ ದಿನಾ ಮುಂಜಾಲಿ ಹೋಗ್ತಿದ್ನಿ.

"ಸೊಂತದೋರು ಕಾಳಜಿ ಮಾಡ್ಲಿದ್ರ ಕಕ್ಕಗ ಬಾಳ ಸಿಟ್ಟಾಕ್ಕೈತಿ. ಒಂದ್ ತಿಂಗಳಿಗೆ ದೊಡ್ಡ ಬಾಚೀಯಿಂದ ಮಾಡೋ ಕೆಲಸಾ ಮುಗೀತ್ತಿತ್ತು. ಆಮ್ಯಾಕ ಸಣ್ಣ ಬಾಚೀಲೆ ಸಣ-ಪುಟ್ ಕೆಲಸ ಮುಗಿಸ್ತಿದ್ದ.

'ಉಕ್ಕಿನ್ ಗತಿ ಐತಿ ಕಾಪು' ಅಂತ ತಾನು ಕೆತ್ತಿದನ್ನ ತಾನಾ ಮೆಚ್ಕಂಡು, ನೇಗಿಲ ದಿಂಡನ್ನ ಹತ್ತ್ ಸಲ ತಡುವಿ ನೋಡಿ, 'ಬೇಸು ಬಂದೈತಿ ಬುಡು, ಹೊಲ್ದಾಗ ತಿಮಿಂಗಿಲ ಗತಿ ಇಳಿತೈತಿ' ಅಂತಿದ್ದ.

'ಎಲ್ಲಾನೂ ನಿನ್ ಕೆಲಸದ್ ಮಯಿಮಿ ಕಕ್ಕಾ' ಅಂದ್ರಾ-

'ಇದ್ರಾಗ ನಂದೇನೈತಿ? ಅದು ಜಾಲಿಮರದಾಗ ನಿನ್ ಸಲುವಾಗಿನಾ ಕೂತ್ಕಂಡಿತ್ತು. ಮೆಲ್ಲಕ್ಕ ಹೊರಗೆಳದೀನಷ್ಟ!' ಅಂತಾ ಒಳಗೊಳಗೇ ಖುಷಿಪಡ್ತಿದ್ದ.

"ಉಳಿದ ಈಸು, ಮೇಳಿಗಳ್ನ ಒಂದ್ ಹೊತ್ತಿನಾಗೇ ಮಾಡ್ಬಿಡ್ತಿದ್ದ. ಕುಲುಮ್ಯಾಗ ಉಕ್ಕಿನ್ 'ಗುಳ' ತಯಾರು ಮಾಡ್ತಿದ್ದ. ಚೂಪಾಗಿ

ಬುಸ್ಗುಡ್ತಿದ್ದ ಗುಳಾನ್ನ ದಿಂಡಿನ್ ತುದೀಗೆ ಕಬ್ಬಿಣದ ಕಟ್ಟಿಂದ ಗಟ್ಟ್ಯಾಗಿ ಬಿಗೀತಿದ್ದ. ಮತ್ತೊಮ್ಮಿ ಎಲ್ಲಾ ತಡುವಿ ನೋಡಿ, ಹೊಸಾ ನೇಗಿಲಗೆ ಅರಶ್ನ, ಕುಂಕ್ಮ ಹಚ್ಚಿ ನನ್ ಹೆಗಲಿಗೆ ಹೊರುಸ್ತಿದ್ದ.

'ಸಾವ್ರ ಸುಗ್ಗೀಕಾಲಕ್ಕ ನಿಮ್ ಹೊಲ ಊಳಿ, ಬಂಗಾರ್ದ ಬೆಳೀ ಬರ್ಬೇಕು' – ನೇಗಿಲೊತ್ತು ನಿಂತ ನನ್ನ ಬೆನ್ತಟ್ಟಿ ಚಕುನನೋಡಿ ನೇಗಿಲ್ನ ಮನೀಗೆ ಕಳಿಸ್ತಿದ್ದ. ನನಗಿ ಬೇಸು ನೆನಪೈತೆ. ಎಲ್ಲಾ ಇನ್ನಾ ಕಣ್ಮುಂದೈತಿ.

"ಒಂದ್ ಚೀಲ್ದಷ್ಟು ಬ್ಯಾಳಿ–ಕಾಳು ಯಾರರ ಕಳ್ಸಿದ್ರಾ ತಗೋತಿದ್ದ. ಇಲ್ಲಂದ್ರ ಕೇಳ್ತಾನೆ ಇರ್ಲಿಲ್ಲ.

"ಅದಾದ ವ್ಯಾಕ ಊರಬಾವಿ ಹತ್ರಾನೋ, ಗುಡಿ ಮೂಲಿನಾಗೋ ಯಾರೋ ಆಡಿದ್ದ ಒಂದ್ ಮಾತು ಕೇಳ್ತಂತ. 'ಆ ಬಡಗೀ ಕೆಲ್ಸಾ ಬೇಗನಾ ಮುಗಸಂಗಿಲ್ಲ. ಒಂದು ತಿಂಗ್ಳು ಬರೀ ಕೆತ್ತತಾನ ಕುಂದುರ್ತಾನ. ಇನ್ನಾ ಹತ್ತು ದಿನ ಕುಸುರೀ ಕೆಲ್ಸಾ ಮಾಡ್ತಾನ. ಊರಾಗ ಹತ್ತು ದಿಂಡುಗೊಳ ಕೆಲ್ಸಾ ಇದ್ರಾ ಸಾಕು, ಕಕ್ಕಗ ವರ್ಷದ ಮಟ್ಟಿಗಿ ಕಾಪೀಗಿ ಬರಾ ಇಲ್ಲ..'

"ಯಾಕೋ ಏನೋ ಕಕ್ಕ ಈ ಮಾತುಗೊಳ್ನ ಸುಲಭಕ್ಕ ತಕ್ಕಳ್ಳಿಲ್ಲ. ಆ ಮಾತುಗೊಳ್ನ ಕೇಳ್ದೋರು ನಗಾದೇನೈತಿ ಅಂತ ಸಿಟ್ಟಿಗೆದ್ದ. ಮಂದೀ ಕೊಡೋ ಕಾಪೀ ನೀರಿಗಿ ನಾಯೇನ್ ಬರಗೆಟ್ಟಿಲ್ಲ. ಇವತ್ತಿಂದ ಬಾಚೀ ಕೆಲ್ಸಾ ಬಿಟ್ಟಾಕ್ತೀನಂತ ಶಪ್ತಾ ಮಾಡ್ದ.

"ಆಮ್ಯಾಕ ಯಾರೆಷ್ಟು ಬೇಡ್ಕಂಡ್ರೂ, ತಪ್ಪಾಯಿತಂತ ಕಾಲಿಗ್ ಬಿದ್ರೂ ಆತ ಹೊಳ್ಳಿ ಬಾಚೀ ಕೈಯಿಡೀಲಿಲ್ಲ. ಇಗಾ, ಈಗಿದೇ ನಮ್ಮೂರ ಬಡಗಿ ಕೆತ್ತಿದ ಕೊನೀ ನೇಗಿಲ ದಿಂಡು. ಇದಾ ನೋಡ್ರಿ ಸ್ವಾಮ್ಯಾರಾ ಇದ್ರ ಕತಿ."

ಎಲ್ಲ ಕೇಳಿದ ಮೇಲೆ ನನಗೆ ಅದನ್ನೊಂದು ಸಲ ಮುಟ್ಟಿ ನೋಡಬೇಕೆನಿಸಿತು. ಎರಡು ಕೈಗಳಿಂದ ಅದನ್ನು ತಬ್ಬಿಕೊಂಡೆ. ಹಲ್ಲಿನ ಸಂದಿನಲ್ಲಿ ಸಿಕ್ಕಿಕೊಂಡ ತಾಳೆ ಹಣ್ಣಿನ ಎಳೆಯನ್ನು ಬೆರಳಿನಿಂದ ಎಳೆದುಕೊಂಡರು ಪೆದಕಾಪು. ಅದರ ಸಿಹಿ ತಗುಲಿ ಅವರ ಜಿಹ್ವೆಗೆ ಹೊಸ ಜೀವ ಬಂತೆಂದು ನನಗವರ ಕಣ್ಣುಗಳು ಹೇಳಿದವು.

9

ಮಧ್ಯಾಹ್ನ ಲಂಚ್ ಅವರಿನಲ್ಲಿ ಸಾಂಬಶಿವರಾವ್ ನನ್ನ ಕಾಣಲೆಂದು ಕಾಲೇಜಿಗೆ ಬಂದಿದ್ದ.

ತುಂಬಾ ದಿನಗಳ ನಂತರ ಪ್ಯಾಂಟು ಶರ್ಟಿನಲ್ಲಿ ಮಿಂಚುತ್ತಿದ್ದ.

"ಏನ್ ವಿಶೇಷ?" ಎಂದೆ.

"ಇಲ್ಲಿ ಹಣಾ ವಸೂಲಿ ಮಾಡಾದಿತ್ತು, ಬಂದೀನಿ."

ತುದಿಗಾಣದ ನಡೆಹಾಸಿನ ವರಾಂಡಾವೊಂದರಲ್ಲಿ ನಾನೂ, ಶಿವ ನಡೆಯುತ್ತಿದ್ದೆವು.

ಕಾಲೇಜಿನ ಹಳೆಯ ನೆನಪುಗಳು ತನ್ನ ಬೆನ್ನಿಗೆ ಬೀಳದಂತೆ ಶಿವ ಅವುಗಳನ್ನು ಒತ್ತಿಹಿಡಿಯುತ್ತಿದ್ದಾನೆಂಬುದು ಅವನ ಹಾವ-ಭಾವ ನೋಡಿದ ನನಗೆ ಚೆನ್ನಾಗಿ ಅರ್ಥವಾಗುತ್ತಿತ್ತು.

ಇಬ್ಬರೂ ಹೋಗಿ ನಮ್ಮ ಫಿಸಿಕ್ಸ್ ಲ್ಯಾಬಿನಲ್ಲಿ ಕುಳಿತೆವು.

"ಮೂಲ್ಯಾಗ ಬಿದ್ದ ಎತ್ತಿನಗಾಡಿ ಮಾರಾಟ ಆತು. ಇಲ್ಲಿನ್ ಬಾರ್ ಅಂಡ್ ರೆಸ್ಟಾರೆಂಟ್ನೋರು ಒಳ್ಳೇ ರೇಟಿಗೆ ಕೊಂಡ್ಕಂಡಾರ. ನಮ್ ಗಾಡಿಯ ಹಣೆಬರಾ ಬೇಸೈತಿ ಬುಡ್ರಿ"

"ಅವರಿಗೆ ಯಾಕಂತ?" ಎಂದೆ.

"ಇಲ್ಲಿನೋರು ಯಾರೋ ಮಾವಿನ್ ತೋಪಿನಾಗ ದೊಡ್ಡದೊಂದು ಬಾರು ಇಡ್ತಾಯಿದಾರಂತ. ಗಿರಾಕಿಗಳನ್ನ ಎತ್ತಿನಗಾಡಿಗೊಳ ಮ್ಯಾಕ ಕೂಡ್ಸಿ ಹೆಂಡ ಕುಡಿಸ್ತಾರೋ ಏನ್ ಕತೀನೋ!" ಎಂದು ನಗುತ್ತಾ, "ಬ್ರೋಕರ್ರುಗಳು ಇಂತಾದ್ರ ಸಲ್ವಾಗಿ ಊರ ಮ್ಯಾಕ ಬಿದ್ದಾರ. ಸೂರಿನ ನೀರಿಲೇ ಆನಿಯ ಬಾಯಾರ್ಕಿ ತೀರ್ತೈತನು? ಆದ್ರೂ ಬರಗಾಲ್ದಾಗ ಸುಮ್ನೆ ಇಷ್ಟು ಕಾಸು ಸಿಕ್ಕಾವ" ಎನ್ನುತ್ತಾ ಜೇಬಿನಲ್ಲಿಯ ಸೆಲ್ ಫೋನ್ ತೆಗೆದು ತೋರಿಸಿದ.

ನಾನು ಫೋನ್ ಕೈಯಲ್ಲಿ ಹಿಡಿದು ನೋಡುತ್ತಿದ್ದೆ.

"ನಮಗಿದು ಸಾಕು ಬುಡ್ರಿ. ಕೊನೀಗಿ ನಮ್ ವನಮ್ಮ ಸೈತಾ ತವರ್ಮನೆಯಿಂದ ಬರುವಾಗ ತನಗೂ ಒಂದ್ ತಂದ್ಕಂಡ್ಳು. ಆದ್ರ

ಸಾಲ್ಗೋರ ಕೈಯಾಗ ಇದ್ರಿಂದನೇ ಸಿಕ್ಕ್ ಬೀಳ್ತೀವಿ" ಶಿವ ನಗುತ್ತಾ ಹೇಳಿದ.

"ಫೋನು ಇಲ್ಲಂದ್ರಾ, ಯಾರೂ ನಮ್ಮನ್ನ ನಮ್ತಿರಲಿಲ್ಲ. ಅದಕ್ಕಾ ತಗಂಡೆ"

"ನಿನಗ ಇರ್ಬೇಕು ಬುಡು"

"ಯಾಕ ಸ್ವಾಮ್ಯಾರ? ನಿಮ ಜೊತಿ ಬುಟ್ಟು ಯಾರ ಕಡೀನೂ ನನಗೆ ಸರ್ಯಾಗಿ ಮಾತಾಡಾಕನಾ ಬರಂಗಿಲ್ಲ" ಎಂದು ನಗುತ್ತಾ, "ನಮ್ ವನಮ್ಮ ತವರ್ಮನೀಗೆ ಫೋನು ಮಾಡಿದ್ಲಂದ್ರ, ರಾತ್ರಿಯಾಡೊ ನಾಟಕದ್ ಗತಿ ಮಾತು ನಡೀತಾನಾ ಇರ್ತೈತಿ. ಸ್ವಲ್ಪೂನು ಬ್ಯಾಸ್ರಿಲ್ಲ, ಬ್ರೇಕಿಲ್ಲ" ಎಂದ.

ಅಷ್ಟರಲ್ಲೇ ಏನೋ ನೆನಪಾದಂತೆ, "ಪೆದಕಾಪಿಗಿನ್ನಾ ಗೊತ್ತಿಲ್ಲ. ಗೊತ್ತಾದ್ರ ಜಗಳ ಮಾಡ್ತಾನ! ಎತ್ತಿನಗಾಡಿ ಮೂಲಿಗೆಸ್ದು ಹತ್ತು ವರ್ಷಾ ಆಗೈತಿ. ಒಂದ್ ಕಡಿಯಿಂದ ಗೆದ್ದಲಿಡಿಯಾಕತ್ತೈತಿ. ಪೆದಕಾಪು ಕಟ್ಟೀ ಬುಟ್ಟು ಇಳ್ದು ಬರಂಗಿಲ್ಲ. ಇಳ್ದು ಬಂದ್ರೂ ಹುಲ್ಲು ಬಣವೀ ಮಟ

ಹೋಗಿ ಕೊಟಿಗಿ ಒಳಾಕ ನೋಡೋದಿಲ್ಲಂತ ಧೈರ್ಯ ಮಾಡ್ಬಿಟ್ನಿ."

"ಹೇಳೋ ತರದಲ್ ಹೇಳಿದ್ರಾ ಯಾಕ ಬೇಡಂತಾರ?" ಎಂದೆ.

"ಯಪ್ಪೋ! ದೊಡ್ ರಂಪಾಟ ಆಗೋಕ್ಕೈತಿ. 'ಅದು ನಿನಗೇನ್ ಹಾನಿ ಮಾಡಿತ್ಲೇ ಶಿವ್ಯಾ' ಇಂದ ಸುರುವಾಗಿ, 'ಎಂಟ್ ಜತಿ ಕರಗಳನ್ನ ಆ ಗಾಡೀ ನೊಗದ್ ಕೆಳ್ಗ ಜತಿ ಮಾಡೀನ್ಲೇ, ಎಷ್ಟು ಮದುವಿ ಮಾಡ್ಸಿತ್ಲೇ, ಎಷ್ಟು ಚೀಲ ನೆಲ್ಲು ನಮ್ಮನಿಗಿ ಹೊತ್ತ್ ತಂದಿತ್ಲೇ... ಸಲ್ಪಾದ್ರೂ ಇಸ್ವಾಸ ಇರಬೇಕ್ಲೇ!' ಅಂತ ಜಾಡಿಸ್ತಾನ. 'ಬಂಗಾರದಂತ ಇತ್ತಾಳಿಪಟ್ಟಿ ನೊಗಾ ಸೈತ ಹೋತಾ? ಉಳಿದವೆಲ್ಲಾನ್ನ ಅವರಿಗ್ ಕೊಟ್ಟು ನಮಸ್ಕಾರ ಮಾಡೀಯಾ?' – ಇದೆಲ್ಲ ನಿಮ್ ಭಾಷೇಗ ಹೇಳೀನಿ. ಆದ್ರಾ ನಡುನಡುವಾ ಹಾಳು ಬೈಗುಳಾ ಕಂಕರಿ ಕಲ್ಲು ಬಿದ್ದಂಗ ಬೀಳ್ತಾವ ಸ್ವಾಮ್ಯಾರ. ಇಲ್ಲಂದ್ರಾ 'ಹದ್ದು ಎತ್ಕಂಡ್ ಹೋಯಿತ್ಲೇ, ಹಾವಿನ್ ಹೆಡೀನ ಸೀಳಿತ್ಲೇ' ಅಂತ ಕನವರಸ್ತಾನ."

"ಅವೆಲ್ಲಾ ಅವ್ರ ನೆನಪುಗಳು ಶಿವಾ, ಅಷ್ಟು ಸರಳ ಬಿಡಿಸಿಕೊಳ್ಳಾಕಾಗಲ್ಲ."

"ನೆನಪುಗೊಳ್ನ ರಾಶೀಮಾಡಾಕ ಚಾವಡೀ, ಹಂದ್ರಾ ಬೇಕಿಲ್ಲ ಸ್ವಾಮ್ಯಾರ. ಸವ್ವುವೋದ ಎತ್ತಿನ್ ಗಾಡೀಗೊಳ್ನ, ಜಲ್ಲಿಗೊಳ್ನ ಹಂಗಾ ರಾಶೀಮಾಡಾಕ ಅಗ್ತೈತೇನ್ರಿ?" – ಎಷ್ಟು ಎಚ್ಚರ ವಹಿಸಿದರೂ ಶಿವನ ಮಾತಲ್ಲಿ ಅಸಹನೆ ಸ್ಪಷ್ಟವಾಗಿ ಧ್ವನಿಸಿತು.

ಕಾಲೇಜಿನ ಗಂಟೆ ಹೊಡೆಯಿತು. ಶಿವ ಥಟ್ಟನೆ ಎದ್ದು ಹೋಗ್ತೇನೆಂದು ಹೇಳಿ ಹೊರಟ.

10

ನಿನ್ನೆ ಮೊನ್ನೆಯ ತನಕ ಯಾವ ಚಲನೆಯೂ ಇಲ್ಲದೆ ಕೂರ್ಮಾವತಾರದಂತಿದ್ದ ನೀರಾವರಿ ಹೊಲ ಈಗ ತ್ರಿವಿಕ್ರಮಾವತಾರ ತಾಳಿದೆ.

ಬಹು ಅಂತಸ್ತಿನ ಭವನಗಳಿಂದ ಕಾರ್ಪೊರೇಟ್ ಕಾಲೇಜು ಸಜ್ಜಾಗಿದೆ. ದೊಡ್ಡ ಹಡಗು ಎಲ್ಲಿಂದಲೋ ಬಂದು ರಾತ್ರೋರಾತ್ರಿ

ಹೊಲದಲ್ಲಿ ಲಂಗರು ಹಾಕಿದಂತಿದೆ. ಅಂತಿಮ ಚಿಕ್ಕಪುಟ್ಟ ಕೆಲಸಗಳು ನಡೆಯುತ್ತಲೇ ವಿದ್ಯಾರ್ಥಿಗಳ ಅಡ್ಮಿಷನ್‌ಗಳಿಗೆ ಆಕರ್ಷಕವಾದ ಜಾಹೀರಾತುಗಳನ್ನು ಪ್ರಕಟಿಸುತ್ತಿದೆ. ಈಗಾಗಲೆ ನಾಲ್ಕು ರಾಜ್ಯಗಳಲ್ಲಿ ಯಶಸ್ವಿಯಾಗಿ ನಡೆಯುತ್ತಿರುವ ಸಂಸ್ಥೆಯಾದ್ದರಿಂದ ಕೆಲಸಗಳೆಲ್ಲಾ ಕ್ರಮಬದ್ಧವಾಗಿ ನಡೆಯುತ್ತಿವೆ.

ನಮ್ಮ ಕಾಲೇಜಿನ ಸೀನಿಯರ್ ಲೆಕ್ಚರರೊಬ್ಬರಿಂದ ನನಗೆ ಕರೆಬಂತು. ಹೊಸ ಕಾಲೇಜಲ್ಲಿ ಸೇರುವ ಮನಸಿದ್ದರೆ ತೆಗೆದುಕೊಳ್ಳುತ್ತಾರಂತೆ. ದುಪ್ಪಟ್ಟು ಸಂಬಳ. ಆದರೆ ಸುಮಾರು ಹತ್ತು ವರ್ಷಗಳ ಸರ್ವೀಸನ್ನ ಕಮ್ಮಿ ಮಾಡ್ತಾರೆ. ನನಗೆ ಅಲ್ಲಿದ್ದವರ ನಡತೆ ಹಿಡಿಸದಿದ್ದರೂ, ಅಲ್ಲಿದ್ದವರಿಗೆ ನನ್ನ ನಡತೆ ಹಿಡಿಸದಿದ್ದರೂ ನಾನೇ ಉದ್ಯೋಗ ಬಿಡಬೇಕಾಗುತ್ತದೆ ಎನ್ನುವುದು ಕರಾರು.

ಅಪ್ಪನನ್ನು ಕೇಳಿದೆ. "ನಿನ್ನಿಷ್ಟ" ಎನ್ನುತ್ತಲೇ –

"ಈ ವಯಸಲ್ಲೇ ಬದುಕಿನ್ ಬಗ್ಗೆ ಭಯಾ ಇದ್ರಾ ಹೆಂಗಪ್ಪಾ? ನಿನ್ ಮ್ಯಾಲೆ ನಿನ್ ವಿದ್ವತ್ತಿನ ಮ್ಯಾಲೆ ನಂಬ್ಕೆ ಇದ್ರಾ ಯೋಚಿಸಬೋದು"

ಎಂದು ಸೂಚಿಸಿದರು. "ಅಷ್ಟಕ್ಕೂ ನಿನಗ ಈ ವಯಸಲ್ಲಿ ಬೇಕಾದ್ದು ಅಲುಗಾಡದೇ ಕುಂದ್ರೋ ಕುರ್ಚಿಯಲ್ಲ ಮ್ಯಾಕ ಏರೋ ಏಣಿ" ಅಂದರು. ಕೂಡಲೇ ನನಗೆ ಅಪ್ಪನ ಅಭಿಪ್ರಾಯ ಅರ್ಥವಾಯಿತು. ಊರಲ್ಲೇ ಇದ್ದು ಉದ್ಯೋಗ ಮಾಡೋದು ನನಗೆ ಎಲ್ಲಕ್ಕಿಂತಲೂ ದೊಡ್ಡ ಸಂಭ್ರಮ. ಇನ್ಮೇಲೆ ಅಪ್ಪ, ಅಮ್ಮ, ದೇವರು ನನ್ನೊಡನೆಯೇ ಇರುತ್ತಾರೆ.

ಎಲ್ಲ ವಿಷಯಗಳನ್ನೂ ಮಾತನಾಡಿಕೊಂಡು ಹೊಸ ಕಾಲೇಜಿನಲ್ಲಿ ಸೇರಿಬಿಟ್ಟೆ. ಪಿ.ಯೂ.ಸಿ ವಿದ್ಯಾರ್ಥಿಗಳಿಗೆ ಎಂಟ್ರೆನ್ಸ್ ಕೋಚಿಂಗ್ ಕ್ಲಾಸ್ ತೆಗೆದುಕೊಳ್ಳಬೇಕು. ಫಿಸಿಕ್ಸ್ ನನ್ನ ಪಾಲು. ಅದನ್ನು ಭಕ್ಷ್ಯಗಳಾಗಿ, ಭೋಜ್ಯಗಳಾಗಿ, ಲೇಹ್ಯಗಳಾಗಿ, ಚೋಷ್ಯಗಳಾಗಿ ವಿದ್ಯಾರ್ಥಿಗಳಿಗೆ ತಿನ್ನಿಸುವುದು ನನ್ನ ಗುರುತರ ಜವಾಬ್ದಾರಿ.

ಇಲ್ಲಿಯ ಓದು ಬೇರೆ, ವ್ಯವಹಾರ ಬೇರೆ. ಪರೀಕ್ಷಾ ವಿಧಾನಗಳು ಬೇರೆ. ಇಲ್ಲಿ ಯಾರಿಗೂ ಪಾಸ್ ಮಾರ್ಕಿನ ಚಿಂತೆಯಿಲ್ಲ, ಬರೀ ರ್‍ಯಾಂಕಿನ ಚಿಂತೆ. ಕಾಲೇಜಿನವರು ನನಗೆ ಎಲ್ಲವನ್ನೂ ಹೇಳಿಕೊಟ್ಟರು. ಕೋಚಿಂಗ್ ವಿಧಾನಗಳ ಬಗ್ಗೆ ನನಗೆ ಕ್ಲಾಸು ತೆಗೆದುಕೊಂಡರು. ಮಾಡೆಲ್ ಪೇಪರ್‌ಗಳನ್ನು, ಬೋಧನೆಯ ವಿಧಾನಗಳನ್ನು ಒಂದೆರಡು ತಿಂಗಳು ಅಭ್ಯಾಸ ಮಾಡಲು ಹೇಳಿದರು.

ನಾನೀಗ ಮತ್ತೊಮ್ಮೆ ವಿದ್ಯಾರ್ಥಿಯಾದೆ.

"ಈಗ ಹಿಂದಿನ್ ಗತಿ ಅಲ್ಲಪ್ಪೋ ಬಾಲಗೋಪಾಲ" ಅನ್ನುತ್ತಾ ವಲ್ಲಿ ನನ್ನನ್ನು ಚೇಡಿಸುತ್ತಿದ್ದಳು.

ನಾನು ಆ ಕಾಲೇಜಿಗೆ ಸೇರೋದು ಅವಳಿಗೆ ತುಂಬಾ ಇಷ್ಟ. ಎಲ್ಲರೂ ಸಲಹೆ ನೀಡುವವರೇ ವಿನಾ ನನ್ನನ್ನು ಆಕ್ಷೇಪಿಸುವವರು ಯಾರೂ ಇಲ್ಲ.

ಅದೇ ನನ್ನ ಏಕೈಕ ಸಮಸ್ಯೆ.

11

ಹೊಸ ಕಾಲೇಜಿನಲ್ಲಿ ಸೇರಿದೆನೆಂದು ತಿಳಿದು–

"ದೇವ್ರು ನಿಮ್ ಬೆನ್ನಿಗಿರ್ತಾನ ಸ್ವಾಮ್ಯಾರ. ನಮ್ ದೊಡ್ ಸ್ವಾಮ್ಯಾರು ಹಗ್ಲೂ ರಾತ್ರಿ ದೇವ್ರು ದೇವ್ರು ಅಂತ ಕನ್ವರುಸ್ತಾರ, ದೇವ್ರನ್ನ ನಂಬ್ತಾರ. ದೇವ್ರ ಜತೀಗಿ ನಿಮ್ಮಂತಾ ಶಾಣ್ಯೋರು ಸೈತ ಅವ್ರ ಜತೀಗಿ ಬೇಕಲ್ಲ" – ಸದಾ ನಮ್ಮ ಒಳಿತನ್ನೇ ಬಯಸುವವರ ಹಾಗೆ ಮಾತನಾಡಿದರು ಪೆದಕಾಪು.

ಶೇಂಗಾ, ಬಾದಾಮಿಯಷ್ಟು ಬೆಲ್ಲದಗಡ್ಡೆ ಬಂದವು.

ಶಿವ ಎದುರಾದ.

"ಕಾರ್ ತಗೊರಿ ಸ್ವಾಮ್ಯಾರ, ನಾನ್ ಡ್ರೈವರ್‍ರಾಗಿ ನಿಮ್ ಕಡೀನಾ ಇದ್ ಬುಡ್ತೀನಿ" ಎಂದ.

ಹೊರಗೆ ನಕ್ಕೆನಾದರೂ, ನನ್ನೊಳಗೆ ಏನೋ ತಿವಿದಂತಾಯಿತು.

ಶಿವ ಹೊರಟುಹೋದ ಮೇಲೆ, "ಗುಡ್ಡಕ್ಕ ಬೆಂಕಿ ಬಿದ್ ಮ್ಯಾಕ ಬಾವೀ ತೋಡಾದು ಅಂದ್ರ ಇದಾ... ದಡ್ ನನ್ ಮಗನ್ ತಂದು" ಎಂದು ಪೆದಕಾಪು ಮಗನನ್ನು ಉದ್ದೇಶಿಸಿ ಬೈದರು.

ನಾನು ಶೇಂಗಾ ನೆಲಕ್ಕ ಕುಕ್ಕಿ ಸದ್ದು ಮಾಡುತ್ತಾ ಅವರ ಮಾತುಗಳನ್ನು ಲೋಕಾಭಿರಾಮವಾಗಿ ದಾಟಿಸಿಬಿಟ್ಟು, ಮಾತಿನ ಹಾದಿ ಬದಲಿಸುವ ಉಪಾಯ ಮಾಡಿದೆ.

"ನಾ ಸಣ್ಣಾತಿದ್ದಾಗ ನಿಮ್ಮನ್ನ 'ಕಡಗಗೊಳ ರಾಘವಯ್ಯ' ಅಂತಿದ್ದಂಗ ನೆನಪು. ಆ ಹೆಸ್ರು ನಿಮಗ ಹೆಂಗ ಬಂತು?" ಎಂದು ಕೇಳುತ್ತಲೇ ಅವರ ಮುಖ ಮಿಂಚತೊಡಗಿತ್ತು. ಎರಡು ಬೆರಳಿಂದ ಕುಡಿಮೀಸೆ ತೀಡಿಕೊಂಡರು.

"ಪಂದ್ಯದಾಗ ಗೆದ್ದ ಎತ್ತುಗೊಳಿಗಿ ಬೌಮಾನ ಅಂತ ಬೆಳ್ಳೀ ಕಡಗಗೊಳ್ನ ಹಾಕ್ತಾರ. ಅವಾಗ ನಂಗ ಸಾಲಾಗಿ ಕಡಗಗೊಳಾ ಕಡಗಗೊಳು. ಆ ಹೆಸ್ರು ಹಂಗ ಬಂತು ಬುಡ್ರಿ" ಎಂದರು ಹಳೆಯ ನೆನಪುಗಳನ್ನು ಮೆಲಕು ಹಾಕುತ್ತಾ.

"ಎತ್ತುಗಳ್ನ ಪಂದ್ಯಕ್ಕ ಸಜ್ಜು ಮಾಡೋದೂನೂ ಒಂದ್ ಕಲೇನೇ ಬುಡ್ರಿ" ಎಂದು ಹೊಗಳಿದೆ.

"ಹೌದು ಮತ್ತ. ಅವುಗೊಳ ಜತೀಗಾ ಇರ್ಬೇಕು. ಸರ್ಯಾದ ದಾಣಾ ಇಡ್ಬೇಕು. ತಯಾರಿ ಮಾಡ್ಸೋದು ಇನ್ನ ಬ್ಯಾರೇನ ಕತಿ.

ಪಂದ್ಯಕ್ಕ ಹೋಗ್ತಾ ಇದೀವಂತ ಅವಕ್ಕ ತಿಳಿವಂಗ ಮಾಡ್ಬೇಕು" ಎಂದು ಹಗುರವಾಗಿ ನಕ್ಕರು.

ನಾನು ಶೇಂಗಾ ಕುಕ್ಕೋದು ನಿಲ್ಲಿಸಿ ಅವರತ್ತ ನೋಡಿದೆ.

"ಪಂದ್ಯದಾಗ ಎತ್ತಿನ ಸೈಜಿಗಿ ತಕ್ಕಂಗ ಎಳಿಯೋ ಭಾರ ಇರ್ತೈತಿ. ನಮ್ ಪಂದ್ಯದಾಗ ನಾಕು ಭಾರ ಇರ್ತಿದ್ವು. ಹೋದ ಕೂಡ್ಲೇನ ಎತ್ತುಗಳ ಅಳತಿ ಮಾಡಿ ಸೈಜು ಪಕ್ಕಾ ಮಾಡ್ತಿದ್ರು. ನನ್ ಎತ್ತುಗೊಳಿಗಿ ನಾನೊಂದು ಕಂತ್ರೀ ಉಪಾಯ ಕಲಿಸಿದ್ನಿ. ಅಲ್ಲಿ ಮಡಾಕಂತ ಕಟ್ಟೀ ಏರ್ಸಿದ್ ಕೂಡ್ಲೇನ, ನಾ ಒಂದ್ ಕೈಲೆ ಮೂಗ್ದಾರ ಇಡ್ಕಂಡು, ಇನ್ನಂದ್ ಕೈಲೆ ಅವುಗೊಳ ಗಂಗಿದೊಗ್ಲನ್ನ ಮೆತ್ತಗ ಚೂಟುತಿದ್ನಿ.ಅ ಎತ್ತುಗೊಳು ಒಂದೇ ಸಮಾ ಹಿಂದಿನ್ ಕಾಲುಗೊಳ್ನ ಸೊಲ್ಪ ಹಿಂದಕ್ಕ, ಮುಂದಿನ ಕಾಲುಗೊಳ್ನ ಮುಂದಕ್ಕ ಸರ್ಸಿ ನಡಾ ಚಾಚ್ತಿದ್ವು, ಮೀಸಿ ತೀಡ್ಕಂಡು, ಸೋಗಿಲೇ ನಕ್ಕು, ಯಾಡನೇ ಸೈಜು ಅಲ್ದಾ ಮೂರ್ನೆ ಸೈಜಿಗಿ ಬರ್ತಿದ್ವು" ಎಂದು ಹೇಳಿ ಮಾತು ನಿಲ್ಲಿಸಿದರು.

ಮತ್ತೆ ಶುರುವಾಡಿ, "ಇನ್ನೇನೈತಿ, ನಾವು ತಯಾರಿ ಮಾಡ್ಸುವಾಗ ಯಾಡನೇ ಸೈಜಿನ ಭಾರ ಎಳಿಸ್ತೀವಲ್ಲ. ಅದ್ಕಾ ಅಲ್ಲಿ ನೀರ್ ಕುಡ್ದಷ್ಟು ಸಲೀಸಾಗಿ ಎಳ್ದು ಬಿಡ್ತಿದ್ವು. ಮತ್ತ, ನಾವು ಒಂದ್ ಏಟೂನೂ ಬಡಿಲಾರ್ದ, ಬೈದು, ಕೂಗ್ಯಾಡಿ ಎಳಿಸ್ತಿದ್ವಿ. ಖರೇ ಹೇಳಾಕತ್ತೀನಿ – ಒಂದ್ ಸಲ ಇದ್ನ ನೋಡಿ ಖುಸೀಪಟ್ಟು, ಒಬ್ ದೊಡ್ ರೈತ ಮಂದಿಯೊಳಗಿಂದ ಬಂದು ತನ್ ಉಂಗ್ರ ತಗ್ದು ನನ್ ಬಳ್ಳಿಗಿ ತೊಡಿಸಿದ" ಎಂದು ಹೇಳುತ್ತಿದ್ದರೆ ಪೆದಕಾಪು ಅವರ ಒಂದು ಕಣ್ಣು ನಕ್ಕಿತು, ಮತ್ತೊಂದು ಕಣ್ಣು ಹನಿಗೂಡಿತು.

"ಇಗಾ ಇಲ್ಲಿ ಕಟ್ಟೀ ಬಗಲಾಗ ಬಿಗಿದಿದ್ದು ಮಾನಂದಿ ಬಂಡಿ. ಇದನ್ನ ನೆಲದ್ ಮ್ಯಾಕ ಎಳೀಬೇಕು. ಗಾಡಿಮ್ಯಾಕ ಭಾರ ಹೊತ್ಕಂಡು ಉಸುಕಿನ್ಯಾಗ ಎಳೀಬೇಕು. ನಮ್ ಎತ್ತುಗೊಳು ಎಲ್ಲಾದ್ರಾಗನೂ ಸೈ!"

"ಗೊಡ್ಡು ಚಾಕ್ರೀ ಬೇರೆ, ಇದು ಬೇರೆ. ಮೂಕ ಜೀವಗಳಿಗೆ ಮಾತಿನ್ ಮರ್ಮ ಕಲಿಸಬೇಕು... ಹೌದಲ್ರೀ?" ಎಂದೆ.

"ಹಾ, ಹೌದು ಮತ್ತ. ಅವುಗೊಳಿಗಿ ಇಡೋ ದಾಣಾನಾ ಬ್ಯಾರೆ, ಆರೋಗ್ಯಾ ಬೇಸು ನೋಡ್ಕತಿರ್ಬೇಕು. ಏನ್ ಇಡ್ತಿದ್ವಿ, ಏನ್ ಮೇಯಿಸ್ತಿದ್ವಿ ಅಂತ ನಂಗೂ, ನಮ್ ಹೆಂಗಸರಿಗೆ ಬುಟ್ಟು ನಮ್ ಕೆಲಸರ್ದೋರಿಗಿ ಸೈತ ಗೊತ್ತಿಲ್ಲ. ನಾವ್ ಹುಳ್ಳೀ ಮುಟ್ಟಂಗಿಲ್ಲಲ್ಲ, ಅದಕ್ಕಾ ಬ್ಯಾರೇದು ಹೊಟ್ಟು, ಹಿಂಡಿ, ಜ್ವಾಳದ ನುಚ್ಚು ಯಾವತ್ತಿಗಿ ಅ ಹೊತ್ತು ಕೊಡ್ತಿದ್ವಿ. ಉತ್ತುತ್ತಿ, ಕಡುಬು ತಿನ್ನಿಸ್ತಿದ್ವಿ. ವೀಳ್ಯದೆಲೀನ ಜೇನ್ ತುಪ್ಪದಾಗ ಅದ್ದಿ ಕೊಟ್ರ ತಿಂತಿದ್ವು. ಪಂದ್ಯಾ ಗಿಂದ್ಯಾ ಇದ್ದಾಗ ಸೇಬಣ್ಣು ಸೈತ ತಿನ್ನಿಸ್ತಿದ್ವಿ. ಆ ತಾಳ್ಮೀನಾ ಬ್ಯಾರೆ. ರೊಕ್ಕದ್ ಬಲಾ, ರಟ್ಟೀ ಬಲಾ ಎರಡೂ ಇರ್ಬೇಕು" ಎನ್ನುತ್ತಾ ನಿಟ್ಟುಸಿರೆಳೆದರು ರಾಘವಯ್ಯ.

"ಈ ಸತಿ ನಾನ್ ಬಂದಾಗ ನಿಮ್ ಎತ್ತುಗಳ ಒಡಿವಿ ತೋರಿಸ್ಬೇಕು" ಎನ್ನುತ್ತಾ ಎದ್ದು ನಿಂತೆ.

ಪೆದಕಾಪು ಉತ್ಸಾಹದಿಂದ ತಲೆಯಾಡಿಸಿದಾಗ ಅವರ ಕುಡಿಮೀಸೆ ನಕ್ಕವು.

12

ಕಾಲೇಜು ಸರ್ವಾಲಂಕಾರಗಳಿಂದ ಸಿದ್ಧವಾಗುವ ಹೊತ್ತಿಗೆ ಸಣ್ಣ–ಪುಟ್ಟ ದಾರಿಗಳು ರೂಪಾಂತರಗೊಂಡು ವಿಶಾಲವಾದ ಟಾರು ರಸ್ತೆಗಳಾದವು. ಅಡ್ಡ ಕಾಲುವೆಗಳ ಮೇಲೆ ಸೇತುವೆಗಳು ನಿರ್ಮಾಣಗೊಂಡವು. ರೂಟ್ ಬಸ್ಸುಗಳ ತಿರುಗಾಟ ಶುರುವಾಗಿ, ಎರಡು ಮೂರು ಪಟ್ಟಣಗಳು ಹತ್ತಿರವಾದವು. ಜನಸಂಚಾರ ಹೆಚ್ಚಾಯಿತು. ಕಾಲೇಜಿನ ಕೋಲಾಹಲವನ್ನಂತೂ ಹೇಳಲಾಗದು.

ಅದೇ ಸಾಲಲ್ಲಿ ಸ್ವಲ್ಪ ಮುಂದಕ್ಕೆ ಸೂಪರ್ ಸ್ಪೆಷಾಲಿಟೀ ಆಸ್ಪತ್ರೆಯೊಂದಕ್ಕೆ ಬುನಾದಿ ತೆಗೆಯತೊಡಗಿದರು. ದಿನಾಲೂ ಹೊಸ ಹೊಸ ಸಿಮೆಂಟು ಕಂಬಗಳು ಮೊಳಕೆ ಒಡೆಯತೊಡಗಿದವು. ನೀರಾವರಿ ಹೊಲಗಳ ರೂಪುರೇಷೆ ಸಂಪೂರ್ಣ ಬದಲಾಯಿತು.

ಇನ್ನೊಂದು ಕಡೆ ಇಪ್ಪತ್ತೈದು ಎಕರೆಗಳಲ್ಲಿ ಫುಡ್ ಕಾರ್ಪೋರೇಷನ್ ಗೋದಾಮುಗಳು ತಲೆಯೆತ್ತುತ್ತಿದ್ದವು.

ಆ ಹಾದಿಯ ಬದಿಯನ್ನೇ ಎಂಟರ್ಟೈನ್ಮೆಂಟ್ ಪಾರ್ಕ್ ಎಂದರು.

ಈ ಸಡಗರವನ್ನೆಲ್ಲಾ ನೋಡಿ ಉಳ್ಳವರು ಎಲ್ಲೆಲ್ಲಿಂದಲೋ ಹಾರಿ ಬಂದು ಇಲ್ಲಿಯ ಭೂಮಿ ಮೇಲೆ ಬಂಡವಾಳ ಹಾಕಲು ಶುರುಮಾಡಿದರು. ವಾಸ್ತವಕ್ಕೆ ಮೀರಿದ ವದಂತಿಗಳು ದಿನಕ್ಕೊಂದರಂತೆ ಕೇಳಿ ಬರುತ್ತಿದ್ದವು. ವಿಲಯನ್ಸ್ ಕಂಪನಿಯವರ ದೃಷ್ಟಿ ಬಿದ್ದಿತೆಂದರು. ತ್ರೀಸ್ಟಾರ್ ಹೋಟೆಲ್ ಬರೋ ಮಾತೂ ನಿಜವೆಂದರು. ಹೀಗೆ ನೂರೆಂಟು ಮಾತು ಗಾಳಿಯಲ್ಲಿ ಹರಡಿ ತೇಲುತ್ತಿದ್ದವು. ರಾಜಕೀಯ ನಾಯಕರ ಕಾರುಗಳು ಸದಾ ಇಲ್ಲೇ ಗಿರಕಿ ಹೊಡೆಯತೊಡಗಿದವು.

ಒಳ್ಳೆಯ ರೂಪವೂ, ದೊಡ್ಡ ಶಿಷ್ಯಗಣವೂ ಉಳ್ಳ ಸ್ವಾಮೀಜಿಯೊಬ್ಬರ ಆಶ್ರಮದ ಮೂರನೇ ಬ್ರಾಂಚಿಗಾಗಿ ಇಲ್ಲಿ ಪ್ಲಾನು ಹಾಕುತ್ತಿದ್ದಾರಂತೆ. ದುರ್ಗಾದೇವಿ ಗುಡಿ, ವೇದದಿಂದ ಹಿಡಿದು ಪಿ.ಜಿ ವರೆಗಿನ ಶಿಕ್ಷಣಸಂಸ್ಥೆಗಳು, ಉಚಿತ ಆಸ್ಪತ್ರೆ, ಇನ್ನೂ ಸರ್ವ ಸೌಕರ್ಯಗಳೂ ಬರುತ್ತವೆಯೆಂಬುದು ವದಂತಿಯಲ್ಲ, ಸತ್ಯಸಂಗತಿ.

ಹೆಮ್ಮರವಾಗಿ ಬೆಳೆದ ಮರಗಳನ್ನು ರಾತ್ರೋರಾತ್ರಿ ಬೇರು ಸಮೇತ ಕಿತ್ತು ಕ್ರೇನಿಗೇರಿಸಿಕೊಂಡು, ಬೇಕಾದ ಕಡೆ ನಿಲ್ಲಿಸಿ ಬೆಳಕಾಗುವ ಮುನ್ನವೇ ಆಶ್ರಮಕ್ಕೆ ಹಸಿರು ಶೋಭೆಯನ್ನೂ, ಹಳೆಯ ಕಳೆಯನ್ನೂ ತರಿಸಿದರು.

'ವೇಣುಗೋಪಾಲ ಸ್ವಾಮಿಯ ದಿವ್ಯಾಶೀರ್ವಾದದಿಂದ ಬೆಲೆಗಳಿಗೆ ರೆಕ್ಕೆ' ಎಂದು ಡೈಲೀ ಟಾಬ್ಲಾಯಿಡ್ಸ್ ಮುಂಗೋಳಿಯಾಗಿ ಕೂಗತೊಡಗಿದವು.

ನಾನು ಹಾಯಾಗಿ ದದ್ಧ್ಯೋಜನಂ (ಮೊಸರನ್ನ), ಚಕ್ರಪೊಂಗಲಿ (ಸಕ್ಕರೆಪೊಂಗಲು) ಭಕ್ಷಿಸುತ್ತಾ, ಹಳೆಯ ಪಾಠಗಳನ್ನು ಹೊಸತಾಗಿ ಓದತೊಡಗಿದೆ. ವಲ್ಲಿಯನ್ನು ಕೂಡಿಸಿ ಕ್ಲಾಸಿನ ರಿಹರ್ಸಲ್ ಮಾಡಿ ಫೀಡ್‌ಬ್ಯಾಕ್ ತೆಗೆದುಕೊಳ್ಳತೊಡಗಿದೆ. ಅವರು ಕೊಟ್ಟ ಆಡಿಯೋ ಸೀಡಿ ಕೇಳಿ, ವೀಡಿಯೋ ಪಾಠಗಳನ್ನು ಶ್ರದ್ಧೆಯಿಂದ ನೋಡಿ ನೋಟ್ಸು ಬರೆದುಕೊಳ್ಳಲಾರಂಭಿಸಿದೆ. ಸಂಬಳ ಪ್ರತೀ ತಿಂಗಳು ಒಂದನೇ ತಾರೀಖು ತಪ್ಪದೆ ಕವರಿನಲ್ಲಿಟ್ಟು ಕಳಿಹಿಸುತ್ತಾರೆ.

"ಮೊದಲ ಮೂರು ತಿಂಗಳಿನ ಸಂಬಳ ವೇಣುಗೋಪಾಲನಿಗೆ..." ಎಂದೊಡನೆಯೇ ಅಪ್ಪ ಏನೋ ಹೇಳಲು ಮುಂದಾದರು.

"ಅದು ನಮ್ ಹರಕೆ, ಬೇಕಾದ್ರ ವಲ್ಲೀನ ಕೇಳ್ರಿ" ಎಂದೆ.

ಅಪ್ಪ ಏನೋ ನೆನಪಾದವರಂತೆ ನೋಡಿ ನಗುತ್ತಾ, "ನೀವು ನೇರ್ಪಿನ ವಿದ್ಯಯೇ ನೀರಜಾಕ್ಷ (ನೀನು ಕಲಿಸಿದ ವಿದ್ಯೆಯೇ, ನೀರಜಾಕ್ಷ)" ಎನ್ನುತ್ತಾ ಗುಡಿಯತ್ತ ಹೊರಟರು. ಆ ನಗೆಯಲ್ಲಿ ಹರಕೆ ತೀರಿಸುವುದರ ಬಗ್ಗೆ ಆಮೋದವೂ ಇತ್ತು, ಆನಂದದ ಛಾಯೆಯೂ ಇತ್ತು.

ನನ್ನ ಮನಸ್ಸು ತಿಳಿಗೊಂಡಿತು.

13

ಗುಡಿಯು ಕಲ್ಯಾಣಿ ಕನ್ನಡಿಯಂತೆ ಇದೆ. ತಳದಲ್ಲಿ ಗುಂಪುಗುಂಪಾಗಿ ಅಲೆಯುವ ಮರಿಮೀನುಗಳು ಕಾಣಿಸುತ್ತವೆ. ತಾವರೆಗಳು ಇಡಿಯಾಗಿ ತೊನೆಯುತ್ತಾ ಕಲ್ಯಾಣಿಯಲ್ಲಿ ಬಳುಕುತ್ತಾ ಹಳೆಯ ಕಳೆಯನ್ನು ತಂದಿವೆ. ಕದಲುವ ಕಮಲದ ಮೊಗ್ಗುಗಳ ಮೇಲೆ ಎಲ್ಲಿ ಕಾಲೂರಬೇಕೋ ತಿಳಿಯದೆ ಪಾತರಗಿತ್ತಿಗಳು ರೆಕ್ಕೆಬಡಿಯುತ್ತಾ ತಿರುಗಾಡುತ್ತಿವೆ.

ಅಪ್ಪ ಗುಡಿಯ ಬಗ್ಗೆ ಮತ್ತೆ ಈಗ ಶ್ರದ್ಧೆ ವಹಿಸುತ್ತಿರುವುದು ನಮಗೆ ಇಷ್ಟವಾಯಿತು.

ಕಲ್ಯಾಣಿಯ ಮೆಟ್ಟಿಲುಗಳ ಮೇಲೆ ಕುಳಿತುಕೊಂಡು ಯಾವುದೋ ಪುಸ್ತಕ ಓದುತ್ತಿದ್ದೆ.

ಶಿವ ಅಷ್ಟು ದೂರದಿಂದಲೇ, "ಎಲ್ಲಾಗರ್ೂ ಒಂದು ಕಾಲ ಬರ್ತೈತಿ" ಎನ್ನುತ್ತಾ ಬಂದ.

"ನಮ್ ಹೊಲ ಗಿರಾಕೀಗೆ ಬಂತು. ವೆಂಚರಿನೋರು ಕೇಳಿದ್ರು" ಎಂದು ಹೇಳಿ ನನ್ನ ಪಕ್ಕದಲ್ಲೇ ಕುಳಿತ.

ನಾನು ಕ್ಲುಪ್ತವಾಗಿ "ಆಹಾ!" ಎಂದೊಡನೆಯೇ ನನಗೇನೂ ಅರ್ಥವಾಗಿಲ್ಲವೆಂದು ಶಿವ ಗ್ರಹಿಸಿದ.

"ಈಗ ನಮ್ ಹೊಲ ಟೌನಿಗೆ ಸೇರೋವಂಗೈತಿ ಸ್ವಾಮ್ಯಾರ! ಅದಕ್ಕಾ ರೇಟು ಎಷ್ಟು ಹೇಳ್ಬೇಕು, ಏನ್ ಕತೀನೋ, ಈ ಯವ್ವಾರ ಎಲ್ಲಾ ನಂಗ ಅಯೋಮಯವಾಗಿ ಐತಿ."

ನನಗಾಗ ಅರ್ಥವಾಯಿತು. ನಗುತ್ತಾ ಶಿವನ ಎರಡೂ ಕೈಗಳನ್ನು ಖುಷಿಯಿಂದ ಕುಲುಕಿದೆ.

"ಇಗಾ, ಹೇಳ್ತೀನ್ ಕೇಳ್ರಿ. ನಿಮ್ ಕಾಲೇಜು ಶುರುವಾದಾಗಿನಿಂದ ರಿಯಲ್ ಎಸ್ಟೇಟಿನೋರು ಅಲ್ಲಿಯ ನೆಲಾನ ಅಳೀತಾ ಬರ್ತಿದಾರ. ಈಗ ನಮ್ ನೆಲ ಸಿಕ್ಕೈತಿ. ರೇಟು ಹೇಳ್ರಿ ಅಂದ್ರಾ ಏನ್ ಹೇಳಾದು? ಹೆಚ್ಚು ಹೇಳಿದ್ರಾ ಏನಾಕ್ಕೈತೋ, ಕಡಿಮಿ ಹೇಳಿದ್ರಾ ಏನಾಕ್ಕೈತೋ, ಎಲ್ಲಾ ಗಡಿಬಿಡಿಯಾಗ್ಯೆತಿ ಸ್ವಾಮ್ಯಾರ."

"ಅಕ್ಕಪಕ್ಕದೋರ್ನ ಕೇಳ್ಬೇಕಿತ್ತು?"

"ಇದ್ರ ಲೆಕ್ಕಾ ಬ್ಯಾರೇನಾ ಐತಿ ಸ್ವಾಮ್ಯಾರ. ಒಂದೊಂದಕ್ಕೂ ಒಂದೊಂದ್ ರೇಟು. ಮೊನ್ನಿ ನಂಗ ಚಿಟ್ಟಿಬಾಬು ಸಿಕ್ಕಿದ್ದ. ಚಿಟ್ಟಿಬಾಬು ಯಾರಂತ ನಂಗೇ ಗೊತ್ತಿಲ್ಲ. ಪಾಪ, ಇನ್ನ ನಿಮಿಗೆಂಗ ಗೊತ್ತಿರತೈತಿ. ನನ್ನ ಗುರ್ತು ಹಿಡಿದು ಮಾತನಾಡ್ಸಿದ. ನನ್ ಜೊತಿ ಅವಾಗ ಕಾಲೇಜಿನಾಗ ಓದಿದ್ನಂತ. ಅಸಲೀ ಹೆಸರು ದುರಗಾರಾವ್ ಅಂತ. ಏನಂದ್ರೂ ಚಿಟ್ಟಿಬಾಬು ಈ ಫೀಲ್ಡಿನಾಗ ಬಾಳ ಮುಂದುವರದಾನ. ಆಗಿಂದ್ ಆಗ ಸೆಲ್ ಫೋನ್ ತಗದು ಲೆಕ್ಕ ಮಾಡ್ಯಾನ. ನಮ್ದು ಹನ್ಯಾಡು ಎಕ್ರೆ ಏಕಭೂಮಿ ಐತಲ್ಲ. ಒಂದ್ ಕಡಿ ದೊಡ್ಡ ಗುಡ್ಡಾ ಅಡ್ಡಾ ಐತಿ, ಇನ್ನೊಂದ್ ಕಡಿ ಕಾಲ್ದಾರಿ ಐತಿ. ನಾಳೀ ದಿನ ಅವ್ರು ವೆಂಚರ್ ಹಾಕಿ ಪ್ಲಾಟಿಂಗ್ ಮಾಡ್ದಾಗ ಈ ಕಾಲ್ದಾರಿಗಳು ಕೂಡಿಬರ್ತಾವ. ನಮ್ ಹೊಲದಾಗ ಅಡ್ಡದಾರಿ ಹೋದ್ರೂ ಯಾಡುನೂರ ಗಜದ ತುಂಡುಗೊಳು ಯಾಡು ಸಾವ್ರ ಅಕ್ಕಾವ ಅಂದ. ಏನಿಲ್ಲಂದ್ರ ವರ್ಷದಾಗ ಹತ್ತ್ ಕೋಟಿಯ ಬಿಜಿನೆಸ್ ಅಕ್ಕೈತಿ ಅಂದ.

"ನಂಗ ತೆಲಿ ತಿರುಗಿತು. ಲಕ್ಷಕ್ಕ ಎಷ್ಟ್ ಸೊನ್ನಿ ಇರ್ತಾವಂತನೇ ನೆನಪಿಲ್ಲ. ನೀವ್ ಏನ್ ಹೇಳಾಕತ್ತೀರಂತ ದುರುಗಾರಾವನ್ನ ಕೇಳ್ದೆ.

'ಅವರು ಶಾಣೇರು. ಅದಕ್ಕಾ ನಿಮ್ಮನ್ನಾ ರೇಟ್ ಹೇಳಂದ್ರು.

ನೀವು ಹಳೇ ಕಾಲದವ್ರಲ್ಲ, ಇನ್ನೆಲ್ಲೋ ನಾಲ್ಕು ಲಕ್ಷದ ಹತ್ರಾನೋ, ಐದರ ಹತ್ರಾನೋ ಇರ್ತೀರಿ. ನಿಮಗ ಅನ್ಯಾಯ ಆಗ್ತೈತಿ ಅಂತ ಹೇಳಾಕತ್ತೀನಿ. ಅವರಿಗೆ ಲೆವಲ್ಲಿಂಗಿಗೆ, ಯಾಡ್ಸಿಗೆ, ಏಜೆಂಟುಗಳಿಗೆ ಯಾಡು ಲಕ್ಷಾನಾದ್ರೂ ಆಗ್ತೈತಿ. ಇದೊಂದು ವಿಚಿತ್ರ ವ್ಯವಹಾರ, ವ್ಯಾಪಾರ. ಇದ್ದಕ್ಕಿಂದ್ದಂಗ ಎಲ್ಲೋ ಒಂದು ಹೊಸಾ ಬಾಗಿಲು ತೆರಕೊಳ್ತೈತಿ. ಇನ್ನು ಹರಾಜಿನ ಹುಚ್ಚಿನಿಂದ ಎಲ್ರೂ ಅಲ್ಲಿ ಬೀಳ್ತಾರ. ಇಲ್ಲಿನ ಭೂಮಿಗಳಿಗೆ ರೆಕ್ಕಿ ಒಂದೇ ಸಮಾ ಕತ್ತರಿಸಿಕಂಡು ಬೀಳ್ತಾವ, ಉಕ್ಕಿದ ಹಾಲಿಗಿ ಯಾಡು ಹನಿ ನೀರು ಹಾಕಿದ್ರ ಹೆಂಗ ಇಳ್ದುಬಿಡತೈತೋ ರೇಟೂನೂ ಹಂಗೇ ಇಳಿದು ಬಿಡುತ್ತೈತಿ. ಅದಕ್ಕಾ ನೀವು ಉಡ ಹಿಡಿದಂಗ ಹಿಡ್ಕೊಂಡು ಕೂಡೋದೂ ಬ್ಯಾಡ, ಬಸವನಹುಳುನಂಗ ಜಾರೋದೂ ಬ್ಯಾಡ' ಎನ್ನುತ್ತಾ ಮೂರೇ ಮಾತುಗೊಳಲ್ಲಿ ತಂತ್ರಗಳನ್ನೆಲ್ಲಾನೂ ತಿಳಿಸಿದ.

ಚಿಟ್ಟಿಬಾಬುಗೆ ನಾಯೇನ್ ಹೇಳ್ಳಿ? ಯುದ್ಧದಾಗ ಕಿಷ್ಣನ ಕಾಲತ್ರ ಬಿಲ್ಲು–ಬಾಣ ಹಾಕಿಟ್ಟು ಕೂತುಕಂಡ ಅರ್ಜುನನ ಗತಿ ಅಗ್ಬಿಟ್ಳಿ. ಚಿಟ್ಟಿಬಾಬು ಬಾಳ ಶಾಣೇತ.

'ಶಿವನವ್ರೇ, ನೀವು ಐದರ ಮ್ಯಾಲೆ ಇರ್ರಿ. ಅದಕ್ಕೂ ಮ್ಯಾಲೆ ಬರಲ್ಲಾದ್ರೂ ಮೂರೂವರೀಗೆ ಕಡಿಮಿ ಹೋಗಲ್ಲ. ಹೆಂಗೂ ದಲ್ಲಾಳಿ ಇರಂಗಿಲ್ಲ. ಡೈರೆಕ್ಟ್ ಡೀಲೇ' ಅನ್ನುವಷ್ಟ್ ಹೊತ್ತಿಗೆ ನನ್ ತೆಲಿ ಗಿರ್ರಂತು.

ಕನಸಾ, ನಿಜಾನಾ ಅಂತ ಅನುಮಾನ ಪಟ್ಕಂಡ್ನಿ. ದುರಗಾರಾವು ಅವ್ರ ಕಾಲಿಗೆ ಬೀಳ್ಬೆಕು ಅನ್ಸಿತ್ತು. ನನಗ ಕಾಲೇಜಿನಾಗ ಓದು ಹತ್ತದೇ ಇದ್ರೂ, ಒಂದ್ ಲಾಭದಾಯಕ ಪರಿಚಯ ಆಗೈತಿ" – ಎಂದು ಮುಗಿಸಿ ಶಿವ ನೀರು ನುಂಗಿದ.

ಅನೇಕ ವರ್ಷಗಳ ಬಳಿಕ ಶಿವನ ಮುಖದಲ್ಲಿ ಸಂಕೋಚ, ಸಂದೇಹವಿಲ್ಲದ ನಗುವನ್ನು ಕಂಡೆ.

ಇನ್ನೂ ನಮ್ಮ ಮನೆಗಳ ಕಟ್ಟೆಯ ಮೇಲಕ್ಕೆ ಈ ವಿಷಯಗಳು ಹತ್ತಿರಲಿಲ್ಲ.

"ಇನ್ನೊಂದು ಹೆಜ್ಜೆ ಮುಂದಕ್ಕೆ ಹೋದ ಮೇಲೆ, ದೊಡ್

ಸ್ವಾಮ್ಯಾರಿಗೆ, ಪೆದಕಾಪಿಗೆ ಹೇಳಬೋದೆಂದು ಸುಮ್ನಾ ಇದೀನಿ" ಎಂದು ಶಿವ ಹೇಳಿದ.

ಇದ್ದಕ್ಕಿದ್ದಂತೆ ಈ ಸಂದರ್ಭಕ್ಕೆ ಹೇಗೆ ಅಭಿನಂದಿಸಬೇಕೆಂದು ನನಗೆ ತೋಚಲಿಲ್ಲ. ಕೊಂಚ ತಡಮಾಡಿದರೂ ದೇವರು ನಮ್ಮ ಬಿನ್ನಪಗಳನ್ನು ಕೇಳುವುದಿಲ್ಲವೆನಿಸಿತು.

ಗುಡಿಯತ್ತ ತಿರುಗಿ, "ಕೋಟಿ ನಮನಗಳು ಪ್ರಭೂ!" ಎನ್ನುತ್ತಾ ಶಿರಬಾಗಿದೆ.

ಎರಡು ಸುರಹೊನ್ನೆ ಹೂಗಳು ನಿಶ್ಶಬ್ದವಾಗಿ ಕಲ್ಯಾಣಿಯೊಳಗೆ ಉದುರಿದವು.

ಏನು ನಡೆಯುತ್ತಿದೆ ಎಂದು ಶಿವ ಅಂದಂದಿಗೆ ನನಗೆ ಫೋನ್ ಮಾಡಿ ಹೇಳುತ್ತಲೇ ಇದ್ದ. ಈ ಹಿಂದಿನಂತೆ ಬಂದು ಗಂಟೆಗಟ್ಟಲೇ ಕೂಡೋದಿಕ್ಕೆ ಸಂಕೋಚ ಪಡತೊಡಗಿದ.

"ಯಾವಾಗ ನೋಡಿದ್ರೂ ಪುಸ್ತಕದಾಗೇ ಅವಿತಿದ್ರಾ ನಿಮ್ಮನ್ನ ಹೆಂಗ ಕದಲಿಸ್ಲಿ ಗುರುವೇ" ಎನ್ನುತ್ತಿದ್ದ.

"ಹೊಟ್ಯಾಗಿನ ಮಾತು ಇನ್ಯಾರಿಗೆ ಹೇಳ್ಬಾಕಬೇಕು? ನೀವು ದೇವ್ರಂತೋರು. ಅದಕ್ಕಾ ನಿಮಗ ಹೇಳ್ಕಣಾಕತ್ತೀನಿ ಸ್ವಾಮ್ಯಾರ"

ಶಿವನ ಅತಿಶಯೋಕ್ತಿಯ ಮಾತುಗಳನ್ನು ತಡೆಯಲು ಹೋದೆ. ಶಿವ ಕೈಬೆರಳುಗಳಿಂದ ಕೂದಲನ್ನು ಮೇಲಕ್ಕೆ ಬಾಚಿಕೊಂಡು–

"ನಮ್ ಇಬ್ರು ನಡುವಿ ಇಷ್ಟ್ ಸಲಿಗಿ ಐತೆಲ್ಲ, ಮತ್ತ ನೀವ್ ಎಂದಾರ ನನ್ನ ಬೈದೀರಾ, ಬಡದೀರಾ? ಇಲ್ಲ ಗದರಿಸೀರಾ? ನನ್ನಷ್ಟಕ್ಕ ನನ್ ಬಿಟ್ಬಿಟ್ರಿ. ಬಿದ್ರೂ ಎದ್ರೂ ನಿನ್ ಬದುಕು ನಿನ್ ಇಷ್ಟ ಅಂತ ಬಿಟ್ರಿ. ತೇಟು ಆ ದೇವ್ರಂಗ..."

ಶಿವನ ಮಾತುಗಳಿಗೆ ದಂಗಾದೆ. ಏನು ಪ್ರತಿನುಡಿಯಬೇಕೋ ತಿಳಿಯದೆ ಒಂದು ಸಲ ನಕ್ಕು ಸುಮ್ಮನಾದೆ. ಹೌದು, ಶಿವನಿಗೆ ಮುಚ್ಚುಮರೆಯಿಲ್ಲ.

ದಲ್ಲಾಳಿಗಳ ಜೊತೆ ಮಾತಿನ ಮೇಲೆ ಮಾತು ನಡೆಯತೊಡಗಿದವು. ರೇಟಿನ ವಿಷಯದಲ್ಲಿ ಶಿವ ಕೇಳಿದ್ದೆಲ್ಲಾ ಗಾಳಿಮಾತೇನೂ ಆಗಿರಲಿಲ್ಲ. ಹದಿನಾರಾಣೆ ಸತ್ಯವಾಗಿದ್ದವು.

ಸಂದರ್ಭಕ್ಕೆ ತಕ್ಕಂತೆ ಶಿವ ಬೆಳೆಯತೊಡಗಿದ. ಜನರ ಮಾತುಗಳಲ್ಲಿ ಗಿರಕಿ ಹೊಡೆಯುತ್ತಿದ್ದ ಹೊಸಪದಗಳ ಪ್ರಯೋಗ–ಉಪಸಂಹಾರಗಳ ಬಗ್ಗೆ ಹಿಡಿತ ಸಾಧಿಸಿದ.

ರೇಟಿನ ಬಗೆಗಿನ ಮೊದಲ ಪಂಚಾಯಿತಿಯ ಸಂಗತಿಗಳನ್ನೆಲ್ಲಾ ಶಿವ ನನ್ನ ಮುಂದಿಟ್ಟ.

“ಅವ್ರು ನಾಕು ಮಂದಿ ಬಂದ್ರು. ನಮ್ ಕಟ್ಟೀ ಮ್ಯಾಲೆನೇ ಕೂಡ್ಸಿದ್ನಿ. ನಮ್ಮ ಪೆದಕಾಪು ನಾರು ಹೊಸೀತಾ ಕೂತಿದ್ದ. ತಲೆ ಮ್ಯಾಕ್ ಎತ್ತಿದ್ರೆ ಕೇಳಿ ನಮ್ ಪರಮಾತ್ಮ! ಪಾಪ, ಅವ್ರೇ ಮಾತಾಡ್ಸಾರ. ‘ಏನು ನೀವು ಕರ್ಪೂರ ಮೆತ್ತಿ ಹೊಸಿತಿದೀರಿ?’ ಅಂತ ಬಂದೋರು ಒಬ್ರು ಅಚ್ಚರಿಗೊಂಡು ಕೇಳಿದ್ರು.

“ಘಮಘಮಾಡಸ್ತಾದಂತ...” – ಪೆದಕಾಪು ತೆಲಿ ಎತ್ಲಿಲ್ಲ, ಕೆಲಸ ಬಿಡ್ಲಿಲ್ಲ.

ಇನ್ನೊಬ್ರು ಮುಂದೆ ಬಂದು, ‘ನಿಮ್ ಮಗ ಹೇಳೇ ಇರ್ತಾರೆ. ಹೊಲಾ ಮಾರೋ ವಿಷಯ’ ಅಂತ ತಡಬಡಿಸುತ್ತಾ ಹೇಳಿದ್ರು.

‘ಹಾ, ಹೇಳ್ಯಾನ’ ಅಂತೇಳಿ ಕೆಲಸ ಬದಿಗಿಟ್ಟ.

‘ನಾವು ಎಲ್ಲಾ ವಿಷ್ಯಾ ಒಂದ್ ಸಲ ಮಾತಾಡಿದ್ರೆ ಬೇಸಿರುತ್ತೆ ಅಂತ ಬಂದ್ವಿ’

‘ಬೇಸಿರತೈತಿ. ನವಪ್ಮಾತ ನಿಮಗೆಲ್ಲ ಹೇಳೇ ಇರ್ತಾನ. ಹನ್ಯಾಡು ಎಕ್ರೆ ಹೊಲ್ದಾಗ ಮೂರೆಕ್ರೆ ನನ್ ಮಗಳಿಗೆ ವರದಕ್ಷಿಣೆ ಅಂತ ಕೊಟ್ಟೀವಿ. ಹಂಗಂತ ಏನೂ ಬರ್ದು ಕೊಟ್ಟಿಲ್ಲ. ಇನ್ನೂ ಬರೀ ಬಾಯ್ಮಾತಲ್ಲೇ ಐತಿ. ಅವರಿಲ್ಲಿ ಇರಂಗಿಲ್ಲ. ಬಾಳ ದೂರ ಇದೇಶದಾಗ ಇರ್ತಾರ. ನಿಮಗ ಮಾತು ಕೊಡಾಕ ಮುಂಚಿ ಅವನ್ನೂ ಒಮ್ಮೆ ಕೇಳಿ ನೋಡ್ಬೇಕು’ ಎಂದು ಪೆದಕಾಪು ಹೇಳಿದೊಡನೆಯೇ, ‘ಗೊತ್ತುರಿ. ಶಿವರಾವ್ ಅವರು ಹೇಳಿದಾರೆ’ ಅಂತ ಅವರೆಲ್ರೂ ಒಂದೇ ಸಲ ಹೇಳಿದ್ರು.

‘ಹಂಗಾ, ಮಗನ ಅತ್ತಿ ಮನೇಯೋರ್ಗೂ ಸೈತ ಒಂದ್ ಮಾತು ಹೇಳ್ಬೇಕು. ಯಾಕಂದ್ರ ಅವ್ರು ಕನ್ಯಾ ಕೊಡ್ತೀವಂತ ಸಂಬಂದಕ್ಕ ಬಂದಾಗ ಇಷ್ಟು ಬೂಮಿ ಐತೆಂತ ಹೇಳೀವಿ. ಅದನ್ನ

ನೋಡಿದ ಮ್ಯಾಕೆ ಲಕ್ಷಣದ ಹುಡುಗೀನ ಕೊಟ್ರು ನಮ್ ಶಿವಪ್ಪಗ. ನಮ್ ವನಮ್ಮ ಬರ್ತಾ ಒಂದೆಕ್ರೆ ನೀರಾವರಿ ಹೊಲಾ ತಂದಾಳ. ಅದಕ್ಕಾ ಅವರ್ಗೂ ಒಂದ್ ಮಾತು ಹೇಳಾದು ಬೇಸು...'

ಅವರೊಂದ್ ಸಲ ಉಸ್ರೆಳ್ದುಕೊಂಡು, ನನ್ ಕಡಿ ನೋಡಿ, 'ಅಯ್ಯೋ ಖಂಡಿತಾ, ನೀವ್ ಹೇಗಂತೀರೋ ಹಾಗೇ ಮಾಡಾಣ' ಅಂದ್ರು.

'ಉಳಿದ ಇಷ್ಯಾ ನಮ್ ಶಿವಪ್ಪನ್ ಜತಿ ಮಾತಾಡ್ರಿ. ಅವನ್ ಮಾತಾ ನನ್ ಮಾತು. ಏನೂ ಫರಕ್ ಬರಂಗಿಲ್ಲ' ಅಂತ ಹೇಳಿ ಮತ್ತ ಕರ್ಪೂರ ನಾರು ಹೊಸೀತಾ ಕೂತ್ಕೊಂಡ.

ಅಂತೂ ಇಂತೂ ಪೆದಕಾಪಿನ ಬಾಯಿ ಮುಚ್ಚಿಸಿದ್ವಿ ಅಂತ ಎಲ್ಲರ್ಗೂ ಅರ್ಥ ಆತು.

ಅಷ್ಟು ಆದ ಮ್ಯಾಕ ಎಲ್ರೂ ಎದ್ದು ನಿಂತ್ವಿ.

ಕೊನೀಗಿ ಎಲ್ಲಾ ನನ್ ಮ್ಯಾಕ ಹಾಕಿದ್ದಕ್ಕ, 'ಹಮ್ಮೈಸಾ' ಅಂದ್ಕಂಡ್ರು ವೆಂಚರಿನೋರು.

ಇದಾ ಸ್ವಾಮ್ಯಾರ ಮೊದ್ಲಿನ್ ಪಂಚಾಯ್ತಿ ಕತಿ" ಎಂದು ಶಿವ ಮಂಗಳ ಹಾಡಿದ.

14

"ಅಟ್ಲಾಂಟಾದಿಂದ ಅಕ್ಕ ಫೋನ್ ಮಾಡಿದ್ಲು. ನಾನೀ ಗಿರಾಕೀ ಇಷ್ಯಾ ಹೇಳುವಾಗ ಅವಳೇ ಅಡ್ಡಬಂದ್ಲು.

'ಆ ರಿಯಲ್ ಎಸ್ಟೇಟಿನೋರು ಬಾಳ ಒಳ್ಳೇವ್ರಂತ್ಲೇ. ನಿಮ್ ಬಾವಗ ಬೇಸು ಗೊತ್ತಂತೆ' ಅಂತ ಆಕಿ ಅಂದಾಗ ನಂಗೆ ಮಾತೇ ಬಿದ್ಹೋಯ್ತು. ಆಮೇಲೆ ಏನಾತು ಅಂತ ಹೇಳ್ತೀನಿ ಕೇಳ್ರಿ"

ಎನ್ನುತ್ತಾ ಶಿವ ಮುಂದಿನ ಕಥೆ ಹೇಳಲು ಶುರುಮಾಡಿದ.

"ಏನಂದ್ರಾ, ವೆಂಚರಿನೋರು ಮೊದಲ ಪಂಚಾಯ್ತಿ ಮುಗಿಯೋಕೆ ಮೊದಲೇ ಆ ದೇಶಕ್ಕ ಲೈನ್ ಹಚ್ಚಿಬಿಟ್ರು. ದಿನಾ

ಮೂರೊತ್ತೂ ಮಾತಾಡ್ತಾ ಇದಾರಂತ ನಂಗೆ ಗೊತ್ತಾತು. ಈಗ ನಮಗಿಂತಾ ಅವ್ರೇ ಹತ್ರಾ ಆಗ್ಬಿಟ್ರು. ಈ ದುಡ್ಡು ಬಾಳ ಕೆಟ್ಟದು ಸ್ವಾಮ್ಯಾರ! ನಾನೂ ಜಾಣತನ ಮಾಡಿ ಅಟ್ಲಾಂಟಾ ಜೊತೆ ಆಟ ಆಡ್ತಾ ಇದೀನಿ ಆಗಾಗ.

'ನೋಡಾಮ ಬಿಡು. ಅವಸ್ರೇನೈತಿ? ಇದು ಹೆಂಗೂ ಬರೋ ರೇಟು, ಹೋಗೋ ರೇಟು ಅಲ್ಲ' – ನಾನು ಏನೂ ನಡೆದಿಲ್ಲ ಅನ್ನೋವರ ಗತಿ ತೆಪ್ಪಗ ಮಾತನಾಡ್ತಾ ಇದ್ರಾ, ಅಕ್ಕನ ಎದ್ಯಾಗ ರೈಲುಗಾಡಿ ಓಡ್ತಾಯಿದ್ವು."

ಶಿವ ಪ್ರತ್ಯಕ್ಷ ವಾಖ್ಯಾನದಂತೆ ಎಲ್ಲವನ್ನೂ ನಿರೂಪಿಸುತ್ತಿದ್ದಾಗ ನಾನು ಮೌನವಾಗಿ ಕೇಳುತ್ತಿದ್ದೆ. ಅಷ್ಟಕ್ಕೂ ಇದು ಅವರ ಕುಟುಂಬದ ವಿಷಯ.

'ಹತ್ತು ಸಾವ್ರಾ ಹೆಚ್ಚು ಕಡ್ಮೀ ಆಗುತ್ತ ಬಿಡಲೇ. ಆದ್ರೂ ಆ ಹೊಲಾನ ನಂಬ್ಕಂಡು ನೀನೇನು ಉದ್ಧಾರ ಆಗಿ ಹೇಳು? ಬಂಡವಾಳ ಇಡೋದು, ರಟ್ಟೆ ಮುರಿದು ದುಡ್ಯೋದು... ಇದೆಲ್ಲಾ ಮಾಡಿ ನಿನಗ ಏನ್ ಬಂತು? ಏನ್ ಸಿಕ್ತು? ಸಾಲ ಬಿಟ್ರ..'

"....."

'ಇಗಾ ಶಿವಪ್ಪಾ, ನನ್ ಮಾತು ಕೇಳು. ಯಾವ್ದರಾ ಒಳ್ಳೇ ಷೋರೂಂ ಇಟ್ಟುಕಂಡ್ರ ಬೇಸಿರುತ್ತ ಅಂತ ನಿಮ್ ಬಾವನ್ ಆಸೆ. ಪೆಟ್ರೋಲ್ ಬಂಕಾದ್ರೂ ತೊಂದ್ರೆಯಿಲ್ಲಂತ. ಇದೆಲ್ಲಾ ಮುಗಿದ್ರಾ ಯೋಚಿಸೋಣ ಅಂತಿದಾರ. ಬೇಕಂದ್ರ ಹೊಲ ತಗಂಡೋರೇ ಎಲ್ಲಾ ಮಾಡಿಕೊಡ್ತಾರಂತ...'

"ನೀನು ನಮ್ ಸಲ್ವಾಗಿ ಕಡ್ಮಿ ದುಡ್ಡಿಗೆ ಮಾರ್ಕಾಬೇಡ. ನಾಳಿ ದಿನ ಎಕ್ರಿಗೆ ಇನ್ನೊಂದ್ ಹತ್ತು ಹೆಚ್ಚಾದ್ರ..."

"ಎಲ್ಲದಕ್ಕು ಹಂಗಂತಿಯೇನೋ..."

ಈ ರೀತಿಯಾಗಿ ಅವನ ಅಕ್ಕ ಹೇಗೆಲ್ಲಾ ಬೇಡಿಕೊಂಡಳೆಂದು ಆ ದನಿಯನ್ನು ಅನುಕರಣೆ ಮಾಡುತ್ತಾ ಶಿವ ಹೇಳಿದ.

ಅದಕ್ಕೆ ತಕ್ಕಂತೆ ಅವಳೆಷ್ಟು ಕಾಡುತ್ತಿದ್ದಾಳೆಂದು ತಮಾಷೆಯಾಗಿ ವಿವರಿಸಿದ.

ಇದ್ದಕ್ಕಿದ್ದಂತೆ ನಡುವೆ ಬೇರಾವುದೋ ವಿಷಯವನ್ನೆತ್ತಿಕೊಂಡು ಶಿವ–

"ನಾ ಇವಾಗ ಶ್ರೀಕಿಷ್ಣನ ಮಂಗಳ ಕೋಲಾಟ ಆಡಿದಂಗ ಇರ್ತೈತಿ ಆದ್ರೂ ನಿಮಗೊಂದು ಇಷ್ಯಾ ಹೇಳ್ಬೇಕು. ಈ ರಿಯಲ್ ಎಸ್ಟೇಟಿನೋರ ಫಿಸಿಕ್ಸು, ಕೆಮಿಸ್ಟ್ರೀ, ಮ್ಯಾಥ್ಸುಗಳೇ ಬೇರೆ."

ಅವನ ಮಾತುಗಳಿಗೆ ಹೂಂಗುಟ್ಟುತ್ತಾ ಸುಮ್ಮನೆ ಕೇಳುತ್ತಿದ್ದೆ. ಮಾತಿನ ದಿಕ್ಕನ್ನು ಯಾವ ಕಡೆ ಕೊಂಡೊಯ್ಯುವನೋ ತಿಳಿಯುತ್ತಿಲ್ಲ.

"ಕೇಳ್ರಿ, ಅವ್ರ ಫಿಸಿಕ್ಸ್ ಪ್ರಕಾರ ನೆಲಕ್ಕ ಬೇಕಾದಷ್ಟು ಪದರು ಇರ್ತಾವ. ಈ ಹೊಸ ಭೂಮಾಲೀಕರು ಡಿಮ್ಯಾಂಡಿಗೆ ತಕ್ಕಂಗ ಮ್ಯಾಕ ಹೋಕ್ಕಾರ. ಹೇಳ್ಳಾರದ, ಕೇಳ್ಳಾರದ ನಮ್ಮನಿಗೆ ಬೀಗರು ಬಂದ್ರಾ, ನಮ್ಮವ್ವ ಇಡ್ಲೀ ಡಬರಿನಾಗ ಯಾಡು ತಾಟು ಹೆಚ್ಚಿಗಿ ಜೋಡಿಸ್ತಾಳ. ಮತ್ಯಾರನ್ನಾ ಆ ಟೈಮಿಗೆ ಬಂದ್ರಾ ಇನ್ನಂದು ತಾಟು ಏರಿಸ್ತಾಳ. ಈ ವೆಂಚರಿನೋರೂ ಹಂಗಾ. ಚತ್ತು ಹಾಕ್ಕೊತಾ ಕೆಳಕ್ಕೂ ಹೋಕ್ಕಾರ, ಮ್ಯಾಕೂ ಹೋಕ್ಕಾರ. ಐದಕ್ಕೆ ಲಾಭಾ ಬಂದಿಲ್ಲಂದ್ರ ಏಳಕ್ಕೆ, ಅಲ್ಲಿಗೂ ಸಾಲದಿದ್ರಾ ಒಂಬತ್ತು. ಹಂಗಾ ಆಕಾಶದ ಹತ್ತತ್ರ ಹೋಕ್ಕಾರ" ಎಂದು ಲೆಕ್ಚರು ಕೊಟ್ಟ.

"ನಿನ್ ಪದರುಗಳ ಸಿದ್ಧಾಂತ ಬೇಸೈತಿ ಶಿವಾ. ಇದನ್ನ ಪಠ್ಯಪುಸ್ತಕದಾಗ ಸೇರಿಸ್ಲೇ ಬೇಕು" ಎಂದೆ.

"ಮೂಗೂ ಮಾರೀ ಗೊತ್ತಿಲ್ಲ. ಬಣ್ಣಾ, ರುಚಿ, ವಾಸ್ನೆ ಗೊತ್ತಿಲ್ಲ. ಮೊದ್ಲ ಸಿಟ್ಟಿಂಗ್ ಆಗೈತೋ ಇಲ್ಲೋ ಆಗ್ಲೇ ಆಟ್ಲಾಂಟಾಗೆ ಲೈನಚ್ಚಿ ಅಲ್ಲಿಂದ ತಣ್ಣಗ ಮಾಡ್ಕಂಡು ಬರಾಕತ್ತಾರ ನೋಡ್ರಿ ಸ್ವಾಮ್ಯಾರ. ಅದು ಅವ್ರ ಕೆಮಿಸ್ಟ್ರಿ!"

ಅವ್ರ ಮ್ಯಾಥ್ಸ್ ಪ್ರಕಾರ ಎಕ್ರೇಗಿ ಮೂರು ಸಾವ್ರ ಗಜಾನೇ. ಲೇಔಟು ಹಾಕ್ದಾಗ ರೋಡ್ಡು, ಪಾರ್ಕು, ಗುಡಿ, ಗೋಪುರ ಅಂತ ಇರ್ತಾವ. ಅದಕ್ಕಾ ಅಷ್ಟಾದ್ರೂ ಕಡ್ಮಿಯಾಕ್ಕೈತಿ, ತಪ್ಪಲ್ಲ" ಎಂದ.

ಶಿವನ PCM ಥೀರಂ ತರ್ಕಕ್ಕೆ ನಿಲುಕುವಂತದ್ದು.

ಇತ್ತೀಚೆಗೆ ಶಿವರಾವ್ ಅವರು ಜಾಣತನ ಮೆರೆಯತೊಡಗಿದ್ದಾರೆ.

ಗುಂಡುಗುಂಡಾಗಿದ್ದಾರೆ.

ಗಡುಸಾಗಿದ್ದಾರೆ.

ಗೋವಿಂದ ಅಂದಿದ್ದಾರೆ.

"ಶಿವಾ! ನಿನಗೆ ಮಂಗಳವಾಗಲಿ!" ಎಂದು ಮನಸಾರೆ ಹಾರೈಸಿದೆ.

15

ಎರಡು ಸಿಟ್ಟಿಂಗುಗಳ ಬಳಿಕ ಗಿರಾಕಿಗಳ ಒಪ್ಪಂದವಾಯಿತು. ಸ್ವಲ್ಪ ಹೆಚ್ಚು, ಸ್ವಲ್ಪ ಕಡಿಮೆಯಾಗಿ ಹನ್ನೆರಡು ಎಕರೆಗಳ ಸಿಂಗಲ್ ಬಿಟ್ ಐದು ಕೋಟಿಗೆ ಮಾರಾಟವಾಯಿತು. ಊರು-ಕೇರಿಯ ಮಂದಿಯೆಲ್ಲಾ ಇದನ್ನೊಂದು ದೊಡ್ಡ ಸುದ್ದಿಯಾಗಿ ಮಾತನಾಡಿಕೊಂಡರು. ಇನ್ನೇನು ತಮ್ಮ ಸರದಿ ಬರುತ್ತದೆಂದು ಪಕ್ಕದ ಹೊಲದವರು ಕನಸು ಕಾಣಹತ್ತಿದರು. ಕೆಲವರಂತೂ ಮುಂಚೆಯೇ ಅಟ್ಟ ಹತ್ತಿದ್ದರು. 'ಸಮಯ ಬಂದರೆ ಇವರನ್ನೆಲ್ಲಾ ಹೆಂಗೆ ಅಟ್ಟ ಇಳಿಸಬೇಕಂತ ಅವರಿಗೆ ಚನ್ನಾಗ್ ಗೊತ್ತು' ಎಂದು ಕೆಲವರು ಆಡಿಕೊಳ್ಳತೊಡಗಿದರು. ಏನೋ ಕಾದು ನೋಡಬೇಕು!

ಏನೇ ಆದರೂ ಊರಿನಲ್ಲಿ ಒಂದು ಒಳ್ಳೆಯ ವಾತಾವರಣ ನೆಲೆಗೊಂಡಿತು. ಎಲ್ಲೆಲ್ಲೂ ಹಣವು ಹೆಡೆಯಾಡಿಸುತ್ತಿತ್ತು. ರೈತರಿಗೆ ಉದಾರವಾಗಿ ಸಾಲಗಳು ಹುಟ್ಟುತ್ತಿದ್ದವು. ವೇಣುಗೋಪಾಲ ಸ್ವಾಮಿ ಗುಡಿಯ ಉದ್ಧಾರದ ಕೆಲಸಗಳು ಸಾಗುತ್ತಿದ್ದವು. ಭಕ್ತಿಗೆ ಬರ ಬಿದ್ದ ಕಡೆ ಮರಳಿ ವಸಂತವು ಲಗ್ಗೆಯಿಟ್ಟಂತಾಯಿತು. ಮಂದಾರ, ಮುನಿಮದರಂಗಿ ಹೂಗಳು ಕಿಲಕಿಲಗುಡುತ್ತಿದ್ದವು. ತುಳಸೀವನದ ಉದ್ದಗಲಗಳು ವಿಸ್ತಾರಗೊಂಡವು. ಕಲಶಗಳು ಕಿಲುಬನ್ನು ಕಳಚಿಕೊಳ್ಳುತ್ತಿದ್ದವು. ಗುಡಿಗಂಟೆಗಳ ಸದ್ದು ಉದ್ದೀಪನೆಗೊಂಡಿತು. ಊರ ಜನರಲ್ಲಿ ದೈವಭಕ್ತಿ ತದಿಗೆ ದಿನದ ಬೆಳದಿಂಗಳಿನಂತೆ ತೊನೆದಾಡುತ್ತಿತ್ತು.

ಅಷ್ಟು ದೂರದಿಂದಲೇ ಶಿವ "ಸ್ವಾಮ್ಯಾರ, ಯಾಡೇ ಯಾಡು ನಿಮಿಷ. ಇಲ್ಲೀ ಮಟಾ ಏನೇನ್ ನಡದೈತಂತ ನಿಮ್ ಕಿವೀಗೆ

ಹಾಕ್ಬಿಡ್ತೀನಿ. ಈ ವಜ್ಜಿ ನನ್ನಿಂದ ಹೊರಾಕಾಗವಲ್ದು" ಎಂದು ಹತ್ತಿರಕ್ಕೆ ಬಂದು ಹೇಳಲು ಶುರುಮಾಡಿದ.

"ಹೊಲದ ಕೆಲಸ ಸುರುವಾಗ್ಯಾವ. ಹೊಸದಾಗಿ ಸರಹದ್ದಿನ ಕಲ್ಲುಗೊಳನ್ನ ಹೂತಿಟ್ಟಾರ. ವಜ್ಜಿಯಿದ್ದ ದೊಡ್ಡ ನೋಟುಗಳ ಚೀಲವನ್ನ ಪೆದಕಾಪಿನ ಕೈಯಾಗಿಟ್ಟು 'ಎಷ್ಟು ಬೇಕಂದ್ರೂ ಕೇಳಿ ತಗೋರಿ. ರಿಜಿಸ್ಟ್ರೇಷನ್ ಹೊತ್ತಿಗೆ ಎಲ್ಲಾ ಚುಕ್ತಾ ಮಾಡ್ತೀವಿ'

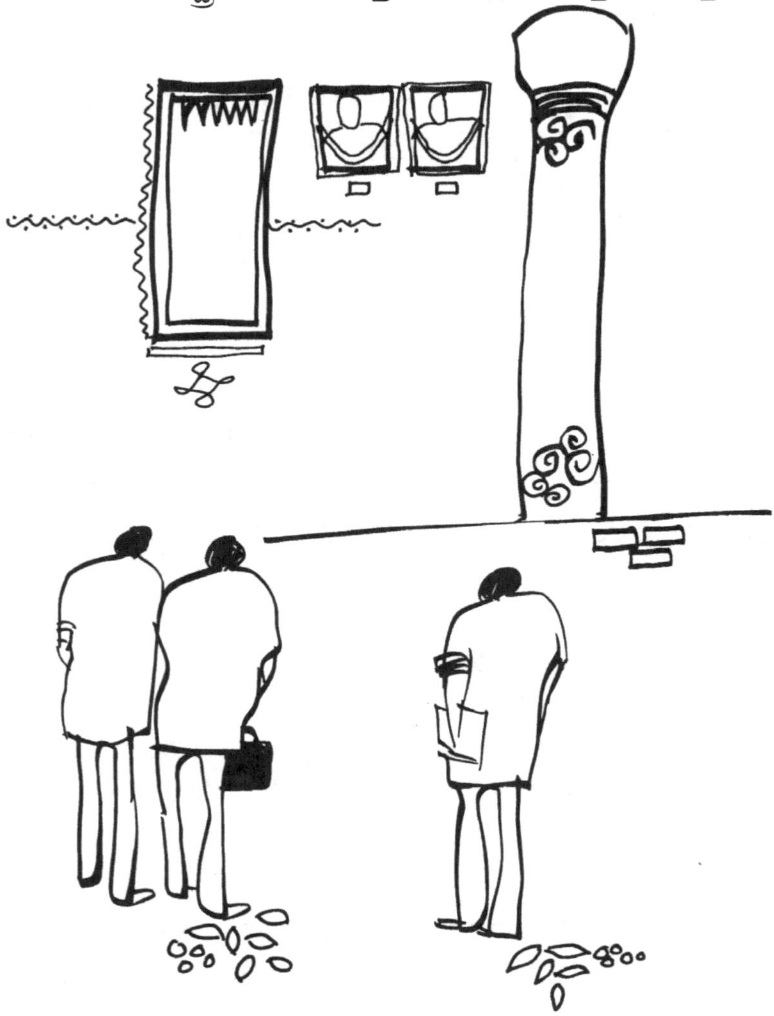

ಅಂದಾರ. ಅವರಂಗ ಅಂದ ಕೂಡ್ಲೇ, ಅಪ್ಪ ಆ ಚೀಲಾನ ನನ್ ಕೈಯಾಗಿಟ್ಟು 'ಶಿವಪ್ಪಾ, ನಾ ಈಗಾ ಹೊಲ ಒಪ್ಪಿಸಬೇಕಾ, ಇಲ್ಲ ಮುಂದಿನ್ ಬೆಳಿ ಮಟಾ ಟೇಮ್ಮೈತಾ?' ಅಂತ ಕೇಳಿದ. ನಾ ತಲಿ ಕೆಳಾಕ್ ಮಾಡಿ ಇಲ್ಲಂದ್ನಿ. 'ಮತ್ತ ತುಂಡು ಬೂಮೀನೂ ಇಲ್ಲಾದ್ರ ಏನ್ ಊಳಿ ಬದಕುತೀರಲೇ?' ಎಂದು ಅಪ್ಪ ಬೆಚ್ಚಿಬಿದ್ದು ಕಣ್ಣೊತ್ತಿಕಂಡು ಕೇಳ್ತಿದ್ರಾ ನನ್ ಎದಿ ನೀರಾತು. ಬೆವರು ಮೈತುಂಬಾ ಹರೀತು. ಮುಖ ಬಚ್ಚಿಟ್ನಿ. ಆ ಚೀಲಾನ ಅವ್ವನ ಕೈಗಿ ಕೊಟ್ಟು ಅವಳ ಸೆರಗಿಂದ ಕಣ್ಣೊರ್ಸಿಕಂಡ್ನಿ. ಕೈಬಳ್ಳು ಮಡ್ಚಿ, ಬಿಚ್ಚಿ, 'ಐದು ಕೋಟೀನಾ! ಅಷ್ಟು ರೊಕ್ಕಾ ತಗಂಡು ನಾವೇನ್ ಮಾಡ್ತೀವ್ಲೇ?' ಅಂತ ಭುಗಿಲು ಭುಗಿಲಾಗಿ ಅವ್ವ ಕೇಳಿದ್ಲು. ಸ್ವಾಮ್ಯಾರ, ನಡೆದದ್ದೆಲ್ಲಾ ನಿಮ್ಮತ್ರ ಇದ್ದಕ್ಕಿದ್ದಂಗ ಹೇಳೀನಿ. ಈಗ ನಾಯೇನ್ ಮಾಡಿ ಸಾಯ್ಲಿ ಹೇಳ್ರಿ" – ಎಂದು ಶಿವ ದೀನ ಸ್ವರದಲ್ಲಿ ಗೋಳಿಟ್ಟ.

ನನಗೆ ಅಯ್ಯೋ ಅನಿಸಿತು. ಎಲ್ಲದರ ನಡುವೆ ಶಿವ ನಲುಗಿ ಹೋಗುತ್ತಿದ್ದಾನೆ. ಅವನ ಬೆನ್ನು ಸವರಿ ಧೈರ್ಯ ಹೇಳಿದೆ – "ನೀ ಚಿಂತಿ ಮಾಡಬ್ಯಾಡ. ಇದೆಲ್ಲಾ ತಣ್ಣಗಾಗಿ, ಸಲ್ಪ ದಿನಾ ಕಳೆದ ಮ್ಯಾಲೆ ಎಲ್ಲಾ ಸರಿಹೊಕ್ಕೈತಿ."

"ಕಾಳು ಮೆಣಸಿನ ಹಡಗು ಮುಣಿಗಿ ಹೋದಂಗ ಇವ್ರು ಅಳಾದೇನ್ೋ ನಂಗ ತಿಳಿವಲ್ದು" ಎನ್ನುತ್ತಾ ಹೊರಟುಹೋದ.

ಮೂರು ಸಂಜೆಗಳು ಒಂದಾಗಿ ಮುಸ್ಸಂಜೆಯಾಗುತಿತ್ತು. ಕತ್ತಲೂ ಅಲ್ಲದ, ಬೆಳಕೂ ಇಲ್ಲದ ನರಸಿಂಹ ಸಂಜೆ ಅದಾಗಿತ್ತು. ಬೆಳದಿಂಗಳು ನೆಲದ ಮೇಲೆ ಸುರಿಯಲು ಕಾದು ಕುಳಿತಿತ್ತು.

16

ನನಗೆ ಫೋನ್ ಮಾಡಿ, ನಾನು ಬಿಡುವಾಗಿರುವ ಸಮಯವನ್ನು ತಿಳಿದುಕೊಂಡು ಶಿವ ಕಾಲೇಜಿಗೆ ಬಂದ.

"ಅದೃಷ್ಟಾ ಅಂದ್ರಾ ಹಿಂಗ್ ಇರ್ಬೇಕು. ನಾವು ಕಾಲೇಜಿದ್ದ

ಊರಿಗೆ ನಡದು ಹೋಗಲಾರ್ದಕ್ಕ, ಕಾಲೇಜೇ ನಮ್ ಊರಿಗೆ ನಡದು ಬರಾದು ಅದೃಷ್ಟಾ ಅಲ್ಲೇನ್ರಿ"

ಶಿವನ ಮಾತಿಗೆ ನಕ್ಕು, ಅವನನ್ನು ನನ್ನ ಕೋಣೆಗೆ ಕರೆದೊಯ್ದೆ.

"ಮುಂದಿನ್ ತಿಂಗ್ಳ ಕೊನೀಗಿ ರಿಜಿಸ್ಟ್ರೇಷನ್ ಇಟ್ಕಂಡಾರ. ನಡುವ ನಾವ್ ಮಾಡಾದೇನೂ ಇಲ್ಲ. ಅಮೆರಿಕಾದೋರು ಇಲ್ಲಿಗಿ ಯಾವಾಗ ಬರ್ತಾರ, ಮತ್ತೆ ಯಾವಾಗ ಹೋಕ್ಕಾರ ಅಂತ ಎಲ್ಲಾನೂ ರಿಯಲ್ ಎಸ್ಟೇಟಿನೋರೇ ನೋಡ್ಕತಾಯಿದಾರ. ಅಂದಂಗ ನಿಮಗ ಹೇಳೂದ್ ಮರತೀನಿ, ನಮ್ ಬೀಗರು ಪಾಗರನ್ನೆಲ್ಲಾ ಅವ್ರು ತಮ್ ಕಡಿ ಮಾಡ್ಕಂಡಾರ. ಅಕ್ಕನ ಮಗಳಿಗೆ ದಾವಣೀ ಹಬ್ಬಾನೂ ಅವ್ರೇ ಮಾಡಸ್ತಾರಂತ."

"ಆಹಾ, ಇದೊಳ್ಳೇ ಕತಿಯಾತು ಬಿಡು"

"ನಮ್ಮವ್ವಗಂತೂ ಕಿವಿ ಅರ್ಧಾ ಕೇಳಂಗಿಲ್ಲ, ಇನ್ನರ್ಧ ಆಕಿ ಕಿವ್ಯಾಗ ಹಾಕ್ಕಣಂಗಿಲ್ಲ. ದಾವಣೀ ಹಬ್ಬದ್ ಇಷ್ಯಾ ಕೇಳಿದಾಗಿಂದ ಆಕಿ ನಿಂತಲ್ಲಿ ನಿಲ್ಲಾವಳ್ಳು, ಕೂತಲ್ಲಿ ಕೂಡಾವಳ್ಳು. ನಮ್ ವನಮ್ಮಗ ಸಂತೋಸ ತಡಿಲಾರ್ದ ಬಿಕ್ಕಳಕಿ ಬರಾಕತ್ತಾವ. ಇವರದಿಂಗ ಇದ್ರಾ, ನಿನ್ನಿ ನಮ್ ಅಪ್ಪ ನನ್ನ ಕರದು – 'ಲೇ ಶಿವ್ಯಾ, ನಾ ಬರೇ ಹಾಳು ಮಾಡಿದ್ದು ಬಿಟ್ರಾ, ದುಡುದು ಕೂಡಿಟ್ಟಿದ್ದು ಏನಿಲ್ಲ. ದೊಡ್ಡೋರು ಕೊಟ್ಟು ಹ್ವಾದ ಭೂಮೀನಾ ಒಂದು ಅಳ್ಳೂನೂ ಇಟ್ಗೊಳ್ಳಲಾರದಂಗ ಮಾರಿದ್ರಾ ಹೆಂಗ್ಲೇ?' ಅಂತ ಕಂಗಾಲಾದ. ನಾ ಏನ್ ಅನ್ಲಿ ನೀವಾ ಹೇಳ್ರಿ ಸ್ವಾಮ್ಯಾರ"

"ದೊಡ್ಡೋರು ಹಂಗೇ ಇರ್ತಾರ ಶಿವಾ"

"ಇದಾ ದೊಡ್ಡೋರು, ನಮ್ ಅಜ್ಜೀ ಸತ್ ಕೂಡ್ಲೇ ಆಕೀನ ಹಳೇ ಒಡವೀನೆಲ್ಲಾ ಕರಗಿಸಿ ತಮಗ ಬೇಕಾದ್ದಂಗ ಹೊಸಾ ಒಡವೀ ಮಾಡಿಸ್ಕಂಡಾರ. ಅದೂನೂ ಹಿರೇರ ದಿನ ಮುಗಿಯಾಕ ಮುಂಚೇನಾ. ಮತ್ತ ಭೂಮೀನೂ ಬಂಗಾರದ ಗತಿ ಅಲ್ಲೇನು? ಇದೆಲ್ಲಾ ಬುಟ್ಟು ಇವತ್ತು ಇವ್ರೆಲ್ಲಾ ನನ್ನನ್ನ ತಪ್ಪುಮಾಡಿದವನ ಗತಿ ನೋಡಾಕತ್ತಾರ" – ಎಂದು ತುಂಬಾ ಹೊತ್ತು ದುಃಖಗೊಂಡ.

ಆ ಬಳಿಕ ಇದ್ದಕ್ಕಿದ್ದಂತೆ ಜೇಬಿನಿಂದ ಫೋನ್ ತೆಗೆದು, "ಈಗ

ನಮ್ಮಕ್ಕನಿಂದ ನಾಕು ಮಾತು ನುಡುಸ್ತೀನಿ, ಒಮ್ಮಿ ನೀವಾ ಕೇಳ್ರಿ" ಎಂದ.

ಶಿವನ ಕಿರುನಗೆಯೊಳಗಿಂದ ಫೋನು ಬಾಯಿ ತೆರೆಯಿತು. ಆಟ್ಲಾಂಟಾ ಅಕ್ಕನ ದನಿಯಲ್ಲಿ ಮಾತು ಶುರುವಾಯ್ತು.

"ಶಿವಾ, ಹಂಗಾದ್ರ ದೊಡ್ ದಾರೀಗಿದ್ದ ಹಲಸಿನ್ ಮರಾನೂ ಹೋತೇನ್ಲೇ?"

"ಹಾ, ಬುಡಾ ಮಟಾ ಕಡಿತಾರ. ಕಣಿಮಿ ವ್ಯಾಗಿನ ಹುಂಚೀಮರ, ಬೇವಿನಮರಾನೂ ಹೋಕ್ಕಾವ."

"ಹಿಂಗ್ಯಾಕ ಎಲ್ಲಾನೂ ಕಡಿಯಕತ್ತಾರಲೇ?"

"ಮತ್ತವ್ರು ಕೋಟಿ ಕೋಟಿ ಸುರಿದು ಕೊಂಡ್ಕಂಡಿದ್ದು ಗಿಡಾ ಮರಾ ಬೆಳಸಾಕಲ್ಲಬೇ ಚಿಟ್ಟೆಕ್ಕಾ, ಗ್ವಾಡಿ, ಮಹಡಿ ಬೆಳಸಾಕ."

"ನಿನಗ ಗೊತ್ತಿಲ್ಲಲೇ ಶಿವ್ಯಾ, ಹಲಸಿನ ಕಟಗೀಲೇ ವೀಣೆ ಮಾಡ್ತಾರಂತ್ಲೇ."

"ಕಡದು ಗುಡ್ಡೆ ಹಾಕಿದ ಮ್ಯಾಕ ವೀಣೆ ಮಾಡಿದ್ರೂ, ಒಲ್ಯಾಗ ಇಟ್ರೂನೂ ಅವರಿಗೇನೂ ಫರಕ ಬೀಳಂಗಿಲ್ಲ, ನಮಗೂ ಬೀಳಂಗಿಲ್ಲ."

"ಹಂಗಂತಿ ಯಾಕ್ಲೇ?"

ಶಿವ ಫೋನ್ ಕಟ್ ಮಾಡಿ, "ಕೇಳಿದ್ರಲ್ಲ ಸ್ವಾಮ್ಯಾರ! ಮೂರೊತ್ತೂ ಬರೀ ಇಂತದಾ ಬಿಕನಾಸಿ ಮಾತು. ನಂಗಂತೂ ಸಿಟ್ಟು ನೆತ್ತಿಗೇರಾಕತ್ತೈತಿ" ಎಂದು ಹೊರಡಲು ಎದ್ದು ನಿಂತ.

"ಸೊಲ್ಪ ತಾಳ್ಮಿ ಇರ್ಲಿ ಶಿವಾ, ಎಲ್ಲಾ ಅವೇ ಸರಿಹೋಕ್ಕಾವ" ಎಂದು ಹೇಳಿ ಕಳಿಸಿದೆ.

17

"ಅಕ್ಕ, ಬಾವಯ್ಯ ಬರಾಕತ್ತಾರಲ್ಲ. ಅದ್ಕಾ ನಮಗ ಬರಾ ದುಡ್ಡುನ ಎಲ್ಲಿ ಇಡ್ಬೇಕು, ಏನ್ ಮಾಡ್ಬೇಕು ಅಂತ ಈಗಲೇ ಯೋಚ್ನೆ ಇಟ್ಟುಕಂಡ್ರಾ ಬೇಸಿರತೈತಿ" ಎಂದು ಶಿವ ಮನೆಯೊಳಗೆ ಬರುತ್ತಲೇ ಹೇಳಿದ.

ಪೆದಕಾಪು ತಲೆಯೆತ್ತದಯೇ ಕಣ್ಣೆತ್ತಿ ಮಗನತ್ತ ನೋಡಿದರು. ತುಂಬಾ ಶ್ರದ್ಧೆಯಿಂದ ಉಂಡೆಗಟ್ಟುತ್ತಿದ್ದ ನಾರಿನ ಕಟ್ಟನ್ನು ಪಕ್ಕಕ್ಕಿಟ್ಟು, ನಿಟ್ಟುಸಿರು ಬಿಟ್ಟು "ಮೊದ್ಲು ಹರಕಿ ತೀರಿಸ್ಬೇಕು" ಎಂದರು, ಸ್ಪಷ್ಟವಾಗಿ ಶಿವಗೆ ಕೇಳಿಸುವ ಹಾಗೆ. ಶಿವ ತಡೆದು, ಅಪ್ಪ ಹೊತ್ತ ಹರಕೆ ಏನೆಂಬಂತೆ ನೋಡಿದ.

ಪೆದಕಾಪು ಮಗನ ಕಣ್ಣೊಳಗೆ ನೋಡುತ್ತಾ, "ನಮ್ಮೂರ ಕೆರ್‍ಯಾಗ ನಂದೀ ಕಂಬ ಹಾಕಿಸ್ಬೇಕು. ಹಿಂದೆ ಇರತಿತ್ತು, ಈಗ ಇಲ್ಲ" ಎಂದರು.

ಶಿವನತ್ತ ಅವರು ಒಂದು ಹೆಜ್ಜೆ ಹಾಕಿದರು. ಶಿವನ ಕಡೆಯಿಂದಲೂ ಒಂದು ಹೆಜ್ಜೆ ಇತ್ತ ಬಿತ್ತು.

"ಕೆರೀ ನಡುವ ನಂದೀ ವಿಗ್ರಹ ಬೇಸು ಮೊಳಕಾಲು ಮ್ಯಾಕ ಕೂತ್ಕಂಡಿದ್ರಾ– ನೀರು ಕುಡಿಯಾಕ ಬರೋ ಗಬ್ಬಾದ ಆಕಳುಗೊಳು ಮಾರೀ ಎತ್ತಿ ನೋಡ್ತಾವ. ಆಗ ಅವುಗಳ ಹೊಟ್ಯಾಗ ಅಚ್ಚಾಕಿದಂಗ ನಂದೀನಾ ಮೊಳೀತಾವ. ಶಿವ, ಈಗ ನಾವು ಮತ್ತೊಮ್ಮಿ ಆ ನಂದೀ ಕಂಬ ನಿಲ್ಲಿಸ್ಬೇಕು. ಇದಾ ನೋಡ್ಲೇ ನನ್ ಹರಕಿ" – ತಂದೆಯ ಮಾತು ಸೌಮ್ಯವಾಗಿದ್ದರೂ, ಅದು ಆಜ್ಞೆಯೆಂಬಂತೆ ಜಾರಿ ಆಯಿತು.

ಹರಕೆ ಏನೆಂದು ತಿಳಿದ ಮೇಲೆ ಶಿವನ ಮುಖ ಸ್ವಲ್ಪ ಹಗುರಾಯಿತು. "ಆಯ್ತು, ಆದ್ರ ನಮ್ಮೂರಾಗ ಈಗ ಬರೀ ಮೂರೇ ಆಕಳದಾವ. ಅದರಾಗ ಯಾಡು ಮುದೀಯಾಗ್ಯಾವ. ಮೂರನೇದು ನಾಂಚಾರಯ್ಯನ ಎಣ್ಣೀ ಗಾಣಗ ತಿರುಗಸ್ತೈತಿ" ಎಂದು ಹೇಳಿ, ಶಿವ ಅತ್ತ ಹೋಗುವಷ್ಟರಲ್ಲಿ –

"ಅದರಾಗ ಏನೇತಿ ಬುಡು ಸುಳೀ ಸೂತ್ರಾ ನೋಡ್ಕಂಡು ಹಾಲುಬಿಟ್ಟ ನಾಕು ಕರಗಳನ್ನು ನಾವಾ ದೊಡ್ಯಾಗ ಕಟ್ಕಂಡ್ರಾತು. ನಂದೀ ಕಂಬಕ್ಕ ಮಾನ, ಊರಿಗೆ ಮರ್ಯಾದಿ."

ತಂದೆಯ ಮಾತುಗಳಿಗೆ ಏನು ಹೇಳಬೇಕೋ ತಿಳಿಯದೆ ಶಿವನ ಬಾಯಿ ಕಟ್ಟಿತು.

"ಏನೈತ್ಲೇ, ನಾಕು ವರ್ಷದಾಗ ದೊಡ್ಡಿ ಜಟ್ಟೈತಿ, ಮಂದೆ ಬೆಳಿತೈತಿ" ಎನ್ನುವಾಗ ಬಾಧ್ಯತೆ, ಭರವಸೆ, ಆನಂದಗಳು ಅವರ ಕಣ್ಣಲ್ಲಿ ಹೊಳೆದವು.

ಶಿವ ತಂದೆಯನ್ನು ಎವೆಯಿಕ್ಕದಂತೆ ನೋಡುತ್ತಾ ನಿಂತ.

ಪೆದಕಾಪು ಹತ್ತಿರದಲ್ಲೇ... ಕೈಯಿಟ್ಟರೆ ಮಗನ ಭುಜದ ಮೇಲೆ ಬೀಳುವಷ್ಟು ಹತ್ತಿರಕೆ ಬಂದ.

"ಶಿವಪ್ಪಾ! ಭೂಮಿ ಮ್ಯಾಲೆ ಬಿದ್ದ ಮ್ಯಾಕ ಕೆಲುವು ಜವಾಬ್ದಾರಿ ಇರ್ತಾವ. ಪ್ರತಿಯೊಬ್ಬುಗೂ ಕೆಲುವು ಬಾಕೀ ಇರ್ತಾವ. ಅವುಗೊಳ್ನ ತೀರಿಸ್ಬೇಕು. ತಪ್ಪಸಬಾರ್ದಲೇ, ಎಷ್ಟಾದ್ರೂ ನಾವ್ ಮನುಷ್ರು ಅಲ್ಲೇನು" – ತಂದೆಯ ಮಾತುಗಳು ಬಿಡಿಬಿಡಿಯಾಗಿ, ತಣ್ಣಗೆ ಮೊದಲ ಮಳೆಹನಿಯಂತೆ ಅವನ ಎದೆಯ ಮೇಲೆ ಉದುರಿದವು. ಮಗನ ಮೈಯೆಲ್ಲಾ ಮೆತ್ತಗಾಯಿತು. ಕೆಂಡದ ಮೇಲೆ ಸಾಮ್ರಾಣಿ ಬಿದ್ದ ಹಾಗೆ ನೆಲದ ಗಂಧ ಸೂಸುತಿತ್ತು. ಶಿವ ಅಪ್ರಯತ್ನವಾಗಿ ತಲೆ ಬಾಗಿದ. ಎರಡೂ ಕೈಗಳನ್ನು ಪೆದಕಾಪಿನ ಪಾದಗಳತ್ತ ಚಾಚಿದ.

ಗಿರ್ರನೆ ತಿರುಗಿ ಹೊರಗೆ ನಡೆದ. ತಂದೆಯ ದೊಡ್ಡತನಕ್ಕೆ ಮಗನ ತಲೆ ನಿಮಿರಿತು.

"ಸಂಕಲ್ಪಸಿದ್ಧಿರಸ್ತು" – ಗುಡಿಯ ಗಂಟೆ ಊರು–ಕೇರಿಗೆ ಕೇಳುವ ಹಾಗೆ ಕಂಚಿನ ಕಂಠದಿಂದ ಹರಸಿತು.

ಆ ಮಾತನ್ನು ಶಿವನ ಬಾಯಿಂದ ಕೇಳಿದ ಕೂಡಲೇ ಕೃಷ್ಣಸ್ವಾಮಿ "ಕಿವಿಯಾಗ ಅಮೃತಾ ಸುರುದೀ ಕಣಪ್ಪೋ. ಶಬಾಶ್ ಪೆದಕಾಪು! ತುಂಡು ಭೂಮ್ಭಿ ಇಲ್ಲದಿದ್ರೂ ನೀನು ಜನ್ಮಜನ್ಮಕ್ಕೂ ಪೆದಕಾಪೇ!"

ಮುಗ್ಧತೆಯಿಂದ "ಆ ನೋ ಭದ್ರಾಃ ಕ್ರತವೋ ಯನ್ತು ವಿಶ್ವತಃ" ಎನ್ನುತ್ತಾ ಕೈಮುಗಿದರು ಕೃಷ್ಣಸ್ವಾಮಿ.

ನಂದಿಸ್ತಂಭದ ಸಂಕಲ್ಪವು ಗುಡಿಯನ್ನು ಆವರಿಸಿ, ಮೂಲಮಂತ್ರವಾಗಿ, ಜೀವನಸಾರವಾಗಿ, ವೇಣುನಾದವಾಗಿ, ಆಕಾಶವಾಣಿಯಾಗಿ, ಹಬ್ಬದ ಹಾಡಾಗಿ ಪಲ್ಲವಿಸಿತು.

ಪಾರಿಜಾತವಾಗಿ ಪರಿಮಳಿಸಿತು. ಕೆಚ್ಚಲು ತುಂಬಿ ಸುರಿಯಿತು.

18

ಶಿವನ ಫೋನು –

"ಅಲೋ... ಸ್ವಾಮ್ಯಾರ! ನಿವ್ ಪೆದಕಾಪಿನ ಮನೀಗಿ ಇಮಾನದಾಗ ಮದುವಿ ಸಡಗರ ಬಂದೈತಿ. ಅಮೆರಿಕಾ ಬೀಗ್ರು ಬಂದಿಳದಾರ. ನಮ್ ಅಮ್ಮಗ, ವನಮ್ಮಗ ಕೈತುಂಬಾ ಚಾಕ್ರೀ. ಎಯಿರಪೋರ್ಟಿಗಿ ಕಾರು ಕಳ್ಸಾದ್ರಿಂದ ಹಿಡುದು ಎಲ್ಲಾ ಕೆಲಸಾನೂ ವೆಂಚರಿನೋರೇ ತೆಲಿ ಮೇಲ ಹಾಕ್ಕೊಂಡಾರ. ದಾವಣೀ ಹಬ್ಬಕ್ಕ ಶಾಮಿಯಾನಾ ತರ್ಸೋದ್ರಿಂದ ಹಿಡುದು, ಟೇಬಲ್ಲು, ಕುರ್ಚೀ, ಲೈಟಿಂಗು, ಅಡಿಗಿ ಮಾಡಾದು, ತಿನ್ನಾಕ ಬಡ್ಸಾದು, ಈಡಿಯೋ ತಗ್ಸಾದು ಎಲ್ಲಾ ಅವರೇ ಮಾಡ್ತಾರಂತ ಗೊತ್ತಾತು. ಯಾಡು ಕಾರುಗೊಳನ್ನೂ, ಡ್ರೈವರುಗೊಳನ್ನೂ ಅಂಗಳದಾಗ ಇಟ್ಟಾರ. ಸಣ್ ಪುಟ್ ಕೆಲಸಕ್ಕ, ಕೂಗಿದ್ರಾ ಓಡಿ ಬರಾಕ ಚೂಪಾದ ಇಬ್ರು ಹುಡುಗೊರನ ಬಾಗಿಲ ಹತ್ತಿರ ನಿಂದಿರ್ಸಾರ. ನಮ್ದೇನೂ ಕೆಲ್ಸಾ ಇಲ್ಲ ಸ್ವಾಮ್ಯಾರ. ಸುಮ್ನೆ ನೋಡ್ತಾ ಕೂಡಾದಷ್ಟ. ನಮ್ ತೆಲಿ ಮ್ಯಾಗ ದೇವ್ರು ಹಾಲು ಸುರದಾನ" ಎನ್ನುತ್ತಾ ಶಿವ ಮನೆಯ ಸಂಗತಿಗಳನ್ನೆಲ್ಲಾ ನನ್ನ ಕಿವಿಗೆ ಸುರಿಯುತ್ತಿದ್ದ.

"ಎಲ್ರೂ ಬಂದಾರ ಹಂಗಾದ್ರ... ವೆರೀಗುಡ್... ಟೈಮು ನೋಡ್ಕೊಂಡು ಬರ್ತೀನಿ ಬಿಡು" ಎಂದೆ.

"ಬರ್ರಿ... ಬರ್ರಿ... ಸೋಜಿಗಾ ನೋಡುವಂತ್ರಿ ಬರ್ರಿ... ಪೆದಕಾಪು ಪರಮಾತ್ಮನ ಗತಿ ಕೈಗಳಿಂದ್ಲೇ ತಾಂಡವ ಆಡ್ತಾಯಿದಾನ. ಇವತ್ತೇ ಟೌನಿಗೆ ಹೋಗಿ ಪಾರ್ಲರಿನಾಗ ವನಮ್ಮ ಮಖಕ್ಕ ಮೇಕಪ್ಪು ಹಚ್ಚಿಸ್ಕಂಡು ಬಂದಾಳ. ನಾ ಆಕೀನ ನೋಡಿ, 'ಬೇಸೈತಿ, ನಿನ್ನ ಮುಸುಡಿ ಈಗಿನ್ನಾ ಬೇಸು ಕಾಣಕತ್ತೈತಿ' ಅಂದ್ರೂ... ನಾ ಆಕೀನ ಹೊಗಳಾಕತ್ತೀನಿ ಅಂತ ತಿಳಕಂಡ್ಲು."

"......"

"ಅಷ್ಟಾ ಅಲ್ಲ, ಎಲ್ರೂ ಸೇರಿ ನಮ್ಮವ್ವನ ತೆಲೀಗಿ ಬಣ್ಣ ಹಚ್ಚಿಸಾರ. ಹಳೇ ಮುಖ ಮರೆಮಾಚಾಕಾಗತ್ತನು!"

"ಯಾಕ ಏನಾತು?"

"ಅರವತ್ತ್ ದಾಟಿದ ಮುದೀಮುಖದ್ ಕೂದ್ಲುಗ ಕರೀಬಣ್ಣ ಹಚ್ಚಿದ್ರ ಹೆಂಗಿರತೈತಿ ನೀವಾ ಹೇಳ್ರಿ... ತಗ್ಗು ಬಿದ್ದ ಹಿತ್ತಾಳಿ ಕೊಡದ

ಮ್ಯಾಕ ಕರಿ ಕಡಾಯಿ ದಬ್ಬಾಕಿದಂಗ ಇರಂಗಿಲ್ಲನು..."

ಶಿವನ ಮಾತುಗಳನ್ನೆಲ್ಲಾ ಮೌನವಾಗಿ ಕೇಳುತ್ತಿದ್ದೆ.

ಅದನ್ನೆಲ್ಲಾ ಕೇಳಿ ನಾನು ನಗುತ್ತಿದ್ದೇನೆ ಎಂದು ಗೊತ್ತಾದರೆ ಶಿವ ಮತ್ತಷ್ಟು ರೊಚ್ಚಿಗೇಳುತ್ತಾನಷ್ಟೇ!

"ಕೇಳಾಕತ್ತೀರೇನ್ರಿ... ಆ ಪುಟ್ ಹುಡ್ಗೀಗ ಸಾವಿರ್ ರೂಪಾಯಿ ಕೊಟ್ಟು ಮೈತುಂಬಾ ಮೇಂದಿ ಹಚ್ಚಿಸೋಣ ಅನ್ಕಂಡ್ರ ಆ ಹುಡ್ಗಿ 'ನೋ' ಎಂದು ಬುಟ್ಲಂತ. ನನಗ ಈ ಕೋನು ಗೀನು ಬ್ಯಾಡ, ಗಿಡದಾಗಿಂದ ಹರಿದು ರುಬ್ಬಿದ ಮೇಂದೀನಾ ಬೇಕಂದು ಇಂಗ್ಲೀಷಿನಾಗ ರಂಪಾಟ ಮಾಡ್ಯಾಳಂತೆ. ಇದೆಲ್ಲಾನೂ ದಾವಣೀ ಹಬ್ಬಕ್ಕ ಟ್ರಯಲ್ಲು ಪಾರ್ಟು. ಈಡಿಯೋದಾಗ ಎಲ್ಲಾ ಬೇಸು ಬೀಳ್ಬೇಕಂತ."

ನಾನು ಮೆಲ್ಲನೆ ಕೇಳುತ್ತಿದ್ದರೂ, ಹೆಚ್ಚೇನೂ ಮಾತನಾಡದೆ ಮೌನವಾಗಿದ್ದರೂ ಶಿವ ಬಿಡದೇ ಮುಂದುವರೆಸುತ್ತಿದ್ದ.

"ಏನ್ ಬಂದ್ರೂ ನಮಗ ಕೊನೀಗಿ ಸಾವಾ ಉಳಿತೈತಿ ಸ್ವಾಮ್ಯಾರ. ಮೊನ್ನೀ ತನ ಎಷ್ಟು ದುಡಿದಿದ್ರೂ ಕೈಯ್ಯಾಗ ಬಿಡಿಗಾಸು ಆಡದಾ ಸತ್ತೀವಿ. ಈಗ ಈ ದುಡ್ಡನ್ನ ಯಾವ್ದುಕ್ಕ ಖರ್ಚು ಮಾಡ್ಬೇಕಂತ ತಿಳೀದಾ ಸಾಯಾಕತ್ತೀವಿ. ಅವಾಗ ಒಬ್ಬುರಂದ್ರ ಒಬ್ಬುರೋನೂ ಈ ಕಡಿ ಬರ್ತಿರಲಿಲ್ಲ. ಈಗ ಮನಿತುಂಬಾ ಬರೀ ಬೀಗರೇ ತುಂಬ್ಯಾರ. ಒಂದು ಖರೇ ಮಾತು ಹೇಳ್ಲಾ..."

"ಹೇಳು ಶಿವಾ..."

"ಬೀಗರು ಯಾಡು ನಮೂನಿ ಇರತಾರ. ಕಷ್ಟದಾಗ ಬಂದು ಕೈಯಿಡಿಯೋರು, ಸುಖದಾಗ ಬಂದು ತಿಂದು ಹೋಗೋರು."

"ನೀನು ಹೇಳಾದು ನಂಗೇನೂ ತಿಳೀಕತ್ತಿಲ್ಲ."

"ಏನಿಲ್ಲ ಸ್ವಾಮ್ಯಾರ! ನಮಗ ಸುಖಾ ಬಂದಾಗ ಬಂದು ಮಾರೀ ತೋರ್ಸೋ ಮಂದೀನೂ ಇರ್ತಾರ ನೋಡ್ರಿ. ತಪ್ಪೂದಿಲ್ಲ. ಅವ್ರು ಇಲ್ಲಂದ್ರ ಬಾಳು ತಮಟಿ-ತಂಬೂರಿ ಇಲ್ದ ಮೆರವಣಿಗಿ ಅಕ್ಕೈತಿ."

ಕಿರುನಗೆಯನ್ನು ತೇಲಿಸಿ, "ಕ್ಲಾಸು ಕರೀತಿದೆ ಶಿವಾ" ಎಂದು ಫೋನ್ ಕಟ್ ಮಾಡಿದೆ.

19

ಬೆಳಗ್ಗೆಯೇ ಶಿವ ನಮ್ಮ ಮನೆಗೆ ಬಂದ. ಅಮ್ಮ ಮತ್ತು ವಲ್ಲಿ ಅವನನ್ನು ಮಾತನಾಡಿಸಿ ಅಲ್ಲಿಯ ಕೆಲಸಗಳೆಲ್ಲಾ ಹೇಗೆ ನಡೆಯುತ್ತಿವೆಯೆಂದು ವಿಚಾರಿಸಿದರು.

"ಓ, ಬಲು ಜೋರಿನಿಂದ ನಡ್ಯಾಕತ್ತಾವ. ಶಾಮಿಯಾನಾ ಇಳಿಯಾಕತ್ತಾವ. ಟೇಬಲ್ಲು–ಕುರ್ಚೀ ಬರಾಕತ್ತಾವ. ನಮ್ ಹೊಲದಾಗ ಕಡದ ಗಿಡಗೊಳನೆಲ್ಲಾನೂ ತುಂಡು ತುಂಡು ಕತ್ತರಸಿ ತಂದು ಇಲ್ಲೆ ಗುಡ್ಡೆ ಹಾಕ್ಯಾರ. ಅಡಿಗಿಯೋರು, ನೀರಿನೋರು ಪಕ್ಕದೂರಿಂದ ಬರ್ತಾರಂತ. ಬಡಿಸೋರಿಗೆ ಹಗಲುವೇಷ ಹಾಕಿಸ್ತಾರಂತ. ಹುಡ್ಗೀಯ ದಾವಣೀ ಹಬ್ಬಕ್ಕ ಇಪ್ಪತ್ತೈದು ನಮೂನಿ ಅಡಗೀ ಆದ್ರೂ ಇರಬೇಕಂತ ವೆಂಚರಿನೋರು ಹಟಾ ಮಾಡಾಕತ್ತಾರಂತ. ಎಲ್ಲಾನೂ ಅವರದೇರಿ. ನಮದೇನೂ ಇಲ್ಲರೀ. ಎಷ್ಟಾದ್ರೂ ನಿನ್ನಿ ಮೊನ್ನಿ ಮೊಳೆತ ಕೊಂಬುಗಳಲ್ಲರೀ!"

ಶಿವ ಒಂದೇ ಧಾಟಿಯಲ್ಲಿ ಹೇಳಿದ. ಅಮ್ಮ ಮತ್ತು ವಲ್ಲಿ ನಿಂತ ನೆಲದಿಂದ ಕಾಲುಕಿತ್ತ ಕೂಡಲೇ ಶಿವ ನನ್ನತ್ತ ತಿರುಗಿ –

"ಹೊರಾಗ ಕಟಿಗಿ ಗುಡ್ಡೆ ನೋಡಿ, 'ಶಿವಪ್ಪಾ! ದಿಬ್ಬದ ಮ್ಯಾಗಿನ ಹೊಂಗೆ ಮರಾನ್ನೂ ಕಡ್ದು ಹಾಕಿದಂಗಿದಾರಲೇ. ಸತ್ತಾರು ಸಾಬ ತಿಂಗಳಿಗೊಮ್ಮಿ ಎತ್ತುಗೊಳ ಕಾಲಿಗೆ ಉಕ್ಕಿನ ಪಟ್ಟಿ ಹಾಕ್ತಿದ್ದ.

ಎತ್ತುಗೊಳಿಗಿ, ಕ್ವಾಣಗೊಳಿಗಿ ನೈಸುನೈಸಾಗಿ ಕೊಂಬುಗಳನ್ನ ಕೆತ್ತುತಿದ್ದ. ಆ ಮರದ್ ಕೆಳಗೇನೇ ಗಾಡಿಗೊಳುಗ ಹರಳೆಣ್ಣಿ ಹಚ್ಚತಿದ್ವಿ. ಯಾರಾದ್ರೂ ಹಲ್ಲು ತಿಕ್ಕಾಕ ಅಂತ ಸಣ್ಣ ಕಡ್ಡಿ ಮುರುದ್ರೂ ನಾವು ಸುಮ್ನಿರತಿರಲಿಲ್ಲ' ಅಂತ ಮ್ಯಾಕ ನೋಡಿ ಅಪ್ಪ ತುಟಿ ಕಚ್ದ. ಒಂದ್ ವ್ಯಾಳೆ ನೀವಾ ನನ್ ಪೋಜೀಷನ್ನಾಗ ಇದ್ರ ಏನ್ ಅಂತಿದ್ರೋ ಹೇಳ್ರಿ ಸ್ವಾಮ್ಯಾರ... ನಾ ಕೇಳ್ತೀನಿ" ಎಂದು ಶಿವ ನೇರವಾಗಿ ಹೇಳಿದ.

"ಶಿವಾ! ನಿನಗ ಅದೆಷ್ಟು ಸಲ ಹೇಳಿಲ್ಲ ನಾನು... ಅವ್ರ ನೆನಪುಗಳು ಏನದಾವ್ರೋ, ಅವು ಅವರನ್ನ ಕಾಡ್ತಾವ ಅಂತ..."

"ನಾನೊಬ್ನ ಬುಡ್ರಿ ಯಾವ ನೆನಪೂ ಇಲ್ದ ದಡ್ಡ ಮುಂಡೇವ್ನು.

ಈಗ ಉಕ್ಕಿನ ಪಟ್ಟಿ ಹಾಕ್ಸಿಕೊಣಾಕ ಊರಾಗ ಒಂದ್ ಎತ್ತಿಲ್ಲ. ಒಂದ್ ಕ್ವಾಣಾ ಇಲ್ಲ. ಹರಳೆಣ್ಣಿ ಹಚ್ಚಾಕ ಒಂದ್ ಎತ್ತಿನಗಾಡೀನೂ ಇಲ್ಲ. ಪೆದಕಾಪಿಗೆ ಮಾತ್ರ ಹೊಂಗೆ ಮರದ ಮ್ಯಾಗ ಸುಡಗಾಡು ಕಾಳಜಿ, ನಡುಬರಕ ನನ್ ಜೀವ ಹಿಂಡಾಕತ್ತಾರ..." – ಶಿವ ತಲೆಗೆ ಕೈಹೊತ್ತು ಕೂತ.

ಇಷ್ಟರಲ್ಲಿ ಹಾಲು–ಅವಲಕ್ಕಿಯ ಎರಡು ಬಟ್ಟಲುಗಳು ನಮಗಾಗಿ ಬಂದವು.

ಶಿವ ಪ್ರೀತಿಯಿಂದ ತೆಗೆದುಕೊಂಡ. ಪಾಪ, ಅಲ್ಪಸಂತೋಷಿ!

"ಇದರ ಸಲುವಾಗಿನೇ ಬಂದೀನಿ ಸ್ವಾಮ್ಯಾರ. ನಿಜಾ... ಅವಲಕ್ಕಿಲೇ ಏಸು ನಮೂನಿ ತಿನಿಸಾರೋ ಅಮ್ಮನೋರು! ಹಾಲಾಗ, ಮೊಸರಿನಾಗ, ಪಾನಕದಾಗ, ಹುಗ್ಯಾಗ... ಇನ್ನೂ ಉಪ್ಪಿಟ್ಟು, ಪುಲಿಯೋಗರಿ, ಲಾಡು, ಅವಲಕ್ಕಿ ಫಳಾರ ಕೊಟ್ಟಾಗ್ಲೆಲ್ಲಾ ಅಮ್ಮನೋರು ಏನೋ ಹೇಳಿ ಕೊಡ್ತಾರ... ಮಂತ್ರಾನಾ?"

"ಅಲ್ಲ... ಶ್ರೀಕೃಷ್ಣಭೋಗ, ಕುಚೇಲಭಾಗ್ಯ ಅಂತಾರ" ಎಂದೆ ನಗುತ್ತಾ – "ಅಂದ್ರಾ ಅವಲಕ್ಕಿ ಬಗ್ಗೆ."

ಮಾತಿನಲ್ಲೇ ತಿಂದು ಮುಗಿಸಿ ಶಿವ ಬಟ್ಟಲು ಪಕ್ಕಕ್ಕಿಟ್ಟ.

ಅಂಗಿಯ ತೋಳಿನಿಂದ ಬಾಯಿ ಒರೆಸಿಕೊಳ್ಳುತ್ತಾ, 'ತಾಳೀಮರದ ತಲಿ ಒದೆಯೋನು ಇರತಾನಂದ್ರೆ, ಅವರ ತಲೀ ಒದೆಯೋನೂ ಇನ್ನೊಬ್ನಿರತಾನ' ಎನ್ನುತ್ತಾ ಶುರುಮಾಡಿದ. ಒಂದು ಸಲ ಕೈಬೆರಳುಗಳಿಂದ ತಲೆ ಬಾಚಿಕೊಂಡ.

"ನಿಮಗಾಗ ಹೇಳಿದ್ನಲ್ಲ, ಚಿಟ್ಟಿಬಾಬು – ಅದೇ ಆ ದುರುಗಾರಾವು."

"ಹಾ, ನಿನ್ ಕ್ಲಾಸುಮೇಟು ಅಂದಿದ್ಯಲ್ಲ..." ಎಂದೆ.

"ಅದೇನ್ ಇಲ್ಲ, ಒಂದ್ ಕಲ್ ಹಾಕ್ದ. ಅದು ಸೀದಾ ಮಣ್ ತುಂಬಿದ ನನ್ ತಲೇಗಿ ಬಂದು ಬಿತ್ತು."

ನಾನು ಅಯೋಮಯವಾಗಿ ನೋಡಿದೆ.

"ಅಲ್ಲಿ ನಮ್ದು ಹನ್ನ್ಯಾಡು ಎಕ್ರೇಯ ಏಕ ಚದರ ಐತಿ. ಅದನ್ನ ಹೆಂಗಾದ್ರೂ ಮಾಡಿ ಅವ್ರು ತಮದಾಗಿಸಿಕೊಳ್ಬೇಕು ಅಂತ ನೋಡಾಕತ್ತಾರ. ಇನ್ನೂ ಒಂದಿಬ್ರು ಇದರ ಬೇಟೆ ಆಡಾಕತ್ತಾರಂತ. ಅವಾಗಿನ್ನೂ ಅವ್ರಿಗೆ ರೇಟಿನ ಬಗ್ಗೆ ಅಂದಾಜಿರ್ಲಿಲ್ಲ. ಅಷ್ಟ ಅಲ್ದಾ ಅದರಾಗಿನ ಸ್ವಲ್ಪ ಜಾಗ ಅಮೆರಿಕಾನೋರ್ದು ಅಂತ ಅವ್ರಿಗಿ ಗೊತ್ತಾಗ್ಯೆತಿ. ಏನಾದ್ರೂ ಮಾಡಿ ನಮನ್ನ ಅವ್ರ ಬುಟ್ಟೀಗೆ ಹಾಕ್ಕೋಣಾಕ ನೋಡ್ಯಾರ. ಅವಾಗ ಚಿಟ್ಟಿಬಾಬು ನನಗ ರೇಟು ಹೇಳಿ ನುಗ್ಗೀ ಮರ ಹತ್ತಿಸ್ಯಾನ. ಬೇರೆ ಯಾರು ಬಂದ್ರೂ ನಾ ಇನ್ನ ಆ ರೇಟಿಂದ ಕೆಳಾಕ ಇಳಿಯಾಂಗಿಲ್ಲ. ಅದಕ್ಕಾ ಸ್ವಲ್ಪ ಹೆಚ್ಚು–ಕಮ್ಮೀ ಆದ್ರೂ ಅವರಿಗಾ ಸಿಗುತ್ಯೆತಿ.."

"ಅದಕ್ಕ ಏಜೆಂಟುಗಳ್ಯಾಕ? ಬೇಕಾದೋರಾ ಕೇಳಬೋದಲ್ಲ?"

"ಅಲ್ಲೇ ಐತಿ ಚಮತ್ಕಾರ. ಅವನ್ಯಾರೋ ಕ್ಲಾಸುಮೇಟು ಅನ್ನುತ್ತಾ ನನ್ನ ಒಳುತು ಬಯಸೋನ ಗತಿ ಬಂದ. ಅವನ ಊರೂ ಮಾರೀನೇ ನಂಗ ಗೊತ್ತಿಲ್ಲ. ಆದ್ರ ನಮ್ ಬಗ್ಗೆ ಎಲ್ಲಾನೂ ಅವ್ರು ತಿಳ್ಕಂಡಾರ. ನಾನು ಕೆಂಪೂವ್ವಿನ ಹಸಿರು ಟ್ರಂಕು ಪೆಟ್ಟಿಗಿ, ನಾಕು ಜತಿ ಬಟ್ಟಿ ಆಸ್ಟಲಿನಲ್ಲೇ ಬಿಟ್ಟೀನಂತನೂ, ನನ್ನ ಹಳೇ ಸರ್ಟ್ಟೀಫಿಕೇಟುಗಳು ಇನ್ನೂ ಕಾಲೇಜಿನಾಗೇ ಜೋಪಾನ ಇದ್ದಾವಂತನೂ ಅವ್ರು

ಗೊತ್ತುಮಾಡಿಕಂಡಾರ. ನನ್ ರೋಲ್ ನಂಬರ್ ನನಗಾ ನೆನಪಿಲ್ಲ, ಅವರಿಗೈತಿ. ಇನ್ನ ದುರಗಾರಾವು ಹಾಕಿದ ಕಲ್ಲು ಅದೆಂಗ ಗುರಿ ತಪ್ಪೈತಿ? ಇಷ್ಟಾತಾ, ಆಮ್ಯಾಕ ಈ ಚದರ ಯಾಪಾರ ಆಯ್ತಂತ ಹೇಳಿ ಸುದ್ದಿ ಹಬ್ಬಿಸ್ಯಾರ. ಇನ್ಯಾರೂ ಇದರ ಸನೇಕ ಬರದಂಗ ಕಾವ್ಲು ಕಾಯ್ದಾರ. ಇನ್ನ ಯಾರ ಪೈಪೋಟೀನೂ ಇರ್ಲಿಲ್ಲ, ಹೆಚ್ಚಿನ ರೇಟು ಹೇಳಿ ಯಾರೂ ಬರ್ಲಿಲ್ಲ, ಅವ್ರಿಗೂ ಟೆನ್ಶನ್ ಬರಲಿಲ್ಲ... ಇದು ಇಷ್ಯಾ."

"ಅಂದ್ರಾ, ಇನ್ನೂ ಹೆಚ್ಚಿಗಿ ಬರ್ತಿತ್ತಾ?" ಎಂದೆ ಅನುಮಾನದಿಂದ.

"ಬಂದ್ರಾ ಬರ್ತಿತ್ತೇನೋ, ನಮಗ ಬಂದಿದ್ದಾ ಬಾಳ ಹೆಚ್ಚು. ಹ್ವಾದದ್ದು ಪೊಳ್ಳು" ಎಂದು ಹಾಯಾಗಿ ನಕ್ಕ.

"ಅದೋಗ್ಲಿ ಬುಡ್ರಿ ಸ್ವಾಮ್ಯಾರ, ನಾವು ದೇವ್ರಿಗಿ ಬಾಕಿ ಬಿದ್ದೀವಿ. ಈಗ ಸಲ್ಪಾದ್ರೂ ಮುಟ್ಟಿಸ್ಬೇಕು."

ನನಗೆ ನೆನಪಿದೆ. ಅಪ್ಪನ ಬಯಕೆ.

"ಮದರಂಗಿ ಕಟ್ಟಿ ಗುಡ್ಯಾಗ ಹಾಕ್ಸಾಮು. ಹಂಗಿಂಗಲ್ಲ, ಬಿಳಿಕಲ್ಲಿಂದು ಹಾಕ್ಸಾಮ. ಹೆಂಗಿರಬೇಕಂತ ಹೇಳ್ರಿ" ಎಂದ ಶಿವ ಉತ್ಸಾಹದಿಂದ ಹೇಳಿದ.

"ದೊಡ್ ಸ್ವಾಮೇರನ ಕೇಳಾದು ಒಳ್ಳೇದು"

"ಯಪ್ಪೋ ಬ್ಯಾಡ. ನಿಮ್ ಹತ್ರ ಕೇಳಿದ್ರೇನಾ ನನಗ ಸರ್ಯಾಗಿ ಹತ್ತುತೈತಿ"

ನಾನು ನಕ್ಕು, "ದೊಡ್ದ್ ಇರ್ಬೇಕು. ಎಂಟು ಮುಖುದ್ದಿರ್ಬೇಕು. ಸುತ್ತಾ ಮೆಟ್ಲಿರ್ಬೇಕು. ಆ ಕಟ್ಟಿ ಮ್ಯಾಲೆ ಕೃಷ್ಣ–ರಾಧೇರು ಒಬ್ರಿಗೊಬ್ರು ಅಲತಿಗೆ ಹಚ್ಚಿಕೊಳ್ಳುತ್ತಿದ್ದಂಗ ಬಿಳಿಕಲ್ಲಿನ ವಿಗ್ರಹ ಇರ್ಬೇಕು" ಎಂದೆ.

"ಇನ್ನಾ..."

"ಅವರ ತೆಲಿ ಮ್ಯಾಲೆ ಬಕುಲದ ಕೊಂಬೆ ಬಾಗಿರಬೇಕು"

"ಇನ್ನಾ..."

"ಮೆಟ್ಟಿಲ ಮ್ಯಾಲೆ, ಕಟ್ಟೆಯ ಮ್ಯಾಲೆ ಹೆಂಗಸರೆಲ್ಲಾ ತಿಂದುಂಡು ಕೂತು ಹರಟೆ ಕೊಚ್ಚುತ್ತಾ, ಪ್ರೀತಿಯಿಂದ ಮದರಂಗಿ ಮೆತ್ತಿಕೊಳ್ಬೇಕು"

– ಪಕ್ಕದಿಂದ ಕೃಷ್ಣಸ್ವಾಮಿಯ ದನಿ ಕೇಳಿಬಂತು.

ಅವರ ಪರಿಹಾಸ್ಯ ಕುಶಲತೆ, ವಿಶಾಲವಾದ ನಗು ತಿರುನಾಮದಲ್ಲಿ ಪ್ರತಿಫಲಿಸುತ್ತಿದ್ದವು.

ಶಿವ ಬೆಚ್ಚಿಬಿದ್ದನಾದರೂ ಸಾಕ್ಷಾತ್ ದೊಡ್ ಸ್ವಾಮ್ಯಾರೇ ನಮ್ಮ ಮಾತುಕತೆ ಕೇಳಿ, ಅದಕ್ಕೆ ತಾಳ ಹಾಕಿದ್ದಕ್ಕೆ ಖುಷಿಗೊಂಡ.

ಅಪ್ಪ ಅತ್ತ ದೂರಕ್ಕೆ ಹೋಗುತ್ತಿರುವುದನ್ನು ಕಂಡು, ನನ್ನತ್ತ ನೋಡಿ, "ಇನ್ನಾ ಏನೇನು..." ಎಂದನು ಶಿವ ಉಲ್ಲಾಸದಿಂದ.

"ಹಾಲಿನಂತಾ ಬೆಳದಿಂಗಳಿರ್ಬೇಕು" ಎಂದು ಮುಗಿಸಿದೆ.

"ಬೆಳದಿಂಗಳ ಬಗ್ಗೆ, ನೀವೂ, ನಿಮ್ ದೇವ್ರು ನೋಡ್ಕಳ್ರಿ. ಉಳಿದದ್ದನ್ನ ನನಗ ಬಿಟ್ಟುಬುಡ್ರಿ" ಎಂದನು ಶಿವ ಹಾಯಾಗಿ. ನನ್ನ ಕೈಯಲ್ಲಿ ಕೈಯಿಟ್ಟು, "ದೇವ್ರಾಣೆಗೂ" ಎಂದು ಎದ್ದ ನಿಂತ.

ಅವನ ಧೋರಣೆಯಲ್ಲಿ ಕೊಟ್ಟ ಮಾತನ್ನು ಈಡೇರಿಸುತ್ತೇನೆಂಬ ಛಲ ಉಕ್ಕಿತು. ಹೋಗುತ್ತಿದ್ದ ಶಿವನನ್ನು ನೋಡುತ್ತಾ ಇದ್ದುಬಿಟ್ಟೆ. ಶಿವ ಈಗ ಅಕ್ಷರಶಃ ಕೋಟ್ಯಧಿಪತಿ!

ಆದರೆ, ನಿಜ ಹೇಳಬೇಕಂದರೆ... ಕೋಟಿಗಳಿನ್ನೂ ಶಿವನ ಜೇಬಿಗೆ ಬೀಳಲಿಲ್ಲ. ಆದ್ದರಿಂದಲೇ ನಮ್ಮ ನಡುವೆ ಅಂತರ ಬೆಳೆಯಲಿಲ್ಲ, ಸಲಿಗೆ ಕುಸಿಯಲಿಲ್ಲ.

Thank God!

20

ಅರ್ಚಕಸ್ವಾಮಿಗೆ ಕಳಿಸಬೇಕಾದ ಸಾಮಾನುಗಳ ಪಟ್ಟಿಯನ್ನು ಮನೆಯಲ್ಲಿ ಪದೇಪದೇ ಪಠಿಸುತ್ತಿದ್ದರು ಪೆದಕಾಪು.

"ದೊಡ್ಡೊಂದು ಅಕ್ಕೀಚೀಲ, ಬೇಕಾದಷ್ಟ್ ಮಸಾಲಿ, ಬೆಲ್ಲ ಮಾತ್ರ ದಂಡಿಯಾಗಿ ಇರ್ಬೇಕು. ದೇವ್ರಿಗೆ ಬೆಣ್ಣೀ ಅಂದ್ರ ಬಾಳ ಇಷ್ಟ. ಎಲ್ಲಾ ಸರಿಯಾಗಿ ನೋಡ್ಕಳ್ರಿ. ಶಿವ, ಚಲೋದೊಂದು ಬಾಳೆಗೊನಿ, ಅಂಗಾ ಒಂದಿಷ್ಟು ತೆಂಗಿನಕಾಯಿ ತೆಗ್ದಿಡು. ಚಲೋದೊಂದು ಕುಂಬಳಕಾಯಿ... ಇನ್ನೂ ನಾಕು ತರದ ಕಾಯಿಪಲ್ಲೆ ಇರಬೇಕು. ಅಯ್ಯನೋರಿಗೆ, ಅಮ್ಮನೋರಿಗೆ ವಚನಮುಡಿಸಾಕ ತಂದ ರೇಷ್ಮಿ ಬಟ್ಟೀನ ಮರಿಬೇಡ್ರವ್ವೋ. ಊಟದೆಲಿಯಿಂದ ಸುರುವಾಡಿ ವೀಳ್ಯದೆಲಿ ತನ ನೆನಸಿಕೊಂಡ್ರ ನಡುವಿನವೆಲ್ಲಾ ನೆನಪಾಗ್ತಾವ. ಚಿಟ್ಟೆಮ್ಮಾ ಇನ್ನೂ ನಾಕು ಮಂದೀನ ಕರ್ಕೋ. ಎಲ್ಲಾನೂ ಒಂದಾ ಸಲಕ್ಕ ಒಯ್ದು ಬಿಡ್ರಿ. ನಿನ್ ಮದುವೀಗಿ ಸಾಮಾನುಗಳನ್ನ ಎತ್ತಿನಗಾಡ್ಯಾಗ ಕಳಿಸಿದ್ವಿ. ನಮ್ ಎತ್ತುಗೊಳಗ ಒಡಿವಿಯೆಲ್ಲಾ ಇಟ್ಟು ಗುಲಾಲು ಹಾಕಿದ್ವಿ.." – ಮೀಸೆ ತೀಡಿಕೊಳ್ಳುತ್ತಾ ಮೆಲುಕು ಹಾಕಿಕೊಂಡರು ಪೆದಕಾಪು.

"ಗಾಡೀ ಹಿಂದೆ ಹಾಲು-ಮೊಸರಿನ ಕಾವಡಿ, ಹಣ್ಣುಗೊಳ ಕಾವಡಿ ಹೊಂಟಿದ್ವು" – ನೆನಸಿಕೊಂಡು ಖುಷಿಗೊಂಡರು ಪೆದಕಾಪಮ್ಮ.

21

ಪೆದಕಾಪು ಅವರ ಮನೆಯಂಗಳಕ್ಕೆ ಮದುವೆಯ ಕಳೆ ಬಂದುಬಿಟ್ಟಿತ್ತು.

ಒಂದು ಕಡೆ ಟ್ರಾಕ್ಟರುಗಳು ಶಾಮಿಯಾನಾಗಳನ್ನು ಇಳಿಸುತ್ತಿದ್ದರೆ ಮತ್ತೊಂದು ಕಡೆ ಅಲಂಕಾರಕ್ಕೆಂದು ಗೊನೆಗಳ ಸಮೇತ ಕಡಿದು ತಂದ ಬಾಳೆಗಿಡಗಳನ್ನು ಕುಣಿ ತೋಡಿ ಹೂಳುತ್ತಿದ್ದರು. ಬಣ್ಣಬಣ್ಣದ ಕಾಗದದ ತೋರಣಗಳು ಗಾಳಿಗೆ ಹುಚ್ಚೆದ್ದು ಪತರಗುಟ್ಟುತ್ತಿದ್ದವು. ಮಕ್ಕಳು ತೆಂಗಿನೆಲೆಯ ಪೀಪಿಗಳನ್ನೂದುತ್ತಾ ತುಂಟಾಟವಾಡುತ್ತಿದ್ದರು.

ಪೆದಕಾಪು ರೇಷ್ಮೆ ಪಂಚೆ, ರೇಷ್ಮೆ ಲಾಲ್ಚಿ, ಹಣೆಗೆ ಗೀರುನಾಮ ಧರಿಸಿ ಆನಂದಮಯ ಈ ಜಗಹೃದಯ ಎಂಬ ಉಲ್ಲಾಸದಲ್ಲಿ ಓಡಾಡುತ್ತಿದ್ದರು.

ಹಿತ್ತಲಿನ ಜಗುಲಿಯಲ್ಲಿ ಚೆಕ್ಕಪೆಟ್ಟಿಗೆಗಳೊಳಗಿಂದ ಬಗೆಬಗೆಯ ವಸ್ತುಗಳನ್ನು ಬಗೆಬಗೆದು ತೆಗೆಯುತ್ತಿದ್ದರು. ಅವು ಎತ್ತುಗಳಿಗೆಂದು ಮಾಡಿಸಿದ್ದ ಒಡವೆಗಳು, ಇನ್ನಿತರೆ ಅಲಂಕಾರಗಳಾಗಿದ್ದವು.

ಪೆದಕಾಪಮ್ಮ ಅವನ್ನು ಜೋಪಾನವಾಗಿ ಕೈಗೆ ತೆಗೆದುಕೊಂಡು ತಿರುತಿರುವಿ ನೋಡುತ್ತಾ ಮಹದಾನಂದಗೊಳ್ಳುತ್ತಿದ್ದರು.

ಈ ನಡುವೆ ದಾವಣಿಯ ಮದುಮಗಳು ತಿಳಿಹಸಿರ ರೇಷ್ಮೆ ದಾವಣಿ ಉಟ್ಟು, ಒಡವೆ ತೊಟ್ಟು, ಅಜ್ಜ-ಅಜ್ಜಿಯರ ನಡುವೆ ಕಡೆಗೋಲಿನಂತೆ ಆಡಿಹೋಗುತ್ತಿದ್ದಳು.

ಪೆದಕಾಪು ನನ್ನನ್ನು ನೋಡುತ್ತಲೇ –

"ಬರ್ರಿ ಸ್ವಾಮ್ಯಾರ... ಬರ್ರಿ, ನಿಮ್ ಸಲವಾಗೇ ನೋಡಾಕತ್ತೇನಿ. ನಾನ್ ಕರೆಕಳ್ಸಿದ್ದು ಗೊತ್ತಾತೋ ಇಲ್ಲೋ ಅಂತ – ನಮ್ ದೊಡ್ ಸ್ವಾಮ್ಯಾರು ತಡವಾದಾಗ ಹಾಡೋ ಹಾಡನ್ನ ನೆನಸಿಕೋತಾ ಇದ್ನಿ" ಎಂದು ನಗುತ್ತಾ ಬರಮಾಡಿಕೊಂಡರು.

ಏನೋ ಹುಡುಕುತ್ತಿದ್ದಂತೆ ಸುತ್ತಲೂ ಕಣ್ಣು ಹಾಯಿಸಿ

ನೋಡುತ್ತಿದ್ದ ನನ್ನ ಗಮನಿಸಿ, "ಶಿವಪ್ಪ ಇಲ್ಲ ಬುಡ್ರಿ. ಜರಿ ಹಂಗ ನಲವತ್ತು ಕಾಲಲೇ ತಿರಗತಾ ಇದ್ರೂನೂ ಕೆಲಸಾ ಮುಗಿಯಾವಲ್ವು. ಪಾಪ, ಕಲಗಚ್ಚಿನಾಗ ಬಿದ್ದ ಇಲೀ ತರ ಈಜಲಾರ್ದ ಸಾಯಕತ್ತಾನವ. ಎಲ್ಲಾ ಯವ್ವಾರ ತಾನಾ ನೋಡ್ಯಾಕಬೇಕು" ಎಂದರು.

ನನ್ನ ನೋಟವನ್ನು ಚೆಕ್ಕೆಪೆಟ್ಟಿಗೆಯತ್ತ ತಿರುಗಿಸಿದೆ.

ಪೆದಕಾಪಮ್ಮ ಮೇಣದ ಕಾಗದಗಳಲ್ಲಿ ಸುತ್ತಿಟ್ಟ ವಸ್ತುಗಳನ್ನು ಬಿಚ್ಚಿ, ಚೆಕ್ಕೆಪೆಟ್ಟಿಗೆ ಮೇಲೆ ಹರವುತ್ತಿದ್ದರು.

ಅತ್ತ ಕಡೆ ಕೊರಳಿಗೆ ಎರಡು ಕ್ಯಾಮರಾ, ಹೆಗಲಿಗೊಂದು ಐಪ್ಯಾಡ್, ಜೊತೆಗೊಂದು ಸೆಲ್ ಫೋನ್ – ಇವುಗಳೆಲ್ಲದರ ಜೊತೆ ಸೆಣಸಾಡುತ್ತಿದ್ದಳು ಅಮೆರಿಕಾ ಹುಡುಗಿ – ಬುಜ್ಜಮ್ಮ.

ರೂಢಿಯಿಲ್ಲದ ತೋಳುಬಂದಿಗಳನ್ನು ಸರಿಪಡಿಸಿಕೊಳ್ಳಬೇಕು, ಸೊಂಟದಲ್ಲಿ ಭಾರವಾದ ಡಾಬನ್ನು ಹೊರಬೇಕು, ಕೈಬಳೆಗಳನ್ನು ಸೈರಿಸಬೇಕು, ಬೈತಲೆ ಸರದ ಮೇಲೆ ಒಂದು ಕಣ್ಣಿರಿಸಬೇಕು – ಈ ಎಲ್ಲ ಜವಾಬ್ದಾರಿಗಳ ನಡುವೆ ಒಳ್ಳೆಯ ದೃಶ್ಯಗಳನ್ನು ಸೆರೆ ಹಿಡಿದು ಕೊರಳಲ್ಲಿ ನೇತಾಡುತ್ತಿರುವ ಕ್ಯಾಮರಾದ ಗೂಡುಗಳೊಳಗೆ ಎಸೆಯಬೇಕು. ಪಾಪ, ಎಷ್ಟು ಕಷ್ಟ!

"ಒಂದೊಂದನ್ನೂ ಬೇಸು ನೋಡ್ರಿ ಸ್ವಾಮ್ಯಾರ, ಅವುಗೊಳ ಹೆಸ್ರು, ಕತಿ ಎಲ್ರಿಗೂ ತಿಳಿಯುವಂಗ ಸರಳ ಬರೀಬೇಕು" ಎಂದಕೂಡಲೇ ನಾನದಕ್ಕೆ ಸಿದ್ಧನಾದೆ.

"ಕೇಳ್ರಿ ಸ್ವಾಮ್ಯಾರ, ಇವು ಮಗಡಗೊಳು, ಇದು ಇಳಿಗವಚಾ, ಅಲ್ಲಿದಾವಲ್ಲ ಅವು ಕೊಳ್ಳ ಗಂಟಿಗೊಳು, ಬೇಸು ಬರೀರಿ – ಇವು ಸೂರ್ಯಪದಕ... ಬೆಳ್ಳೀವು, ಇವು ಬಿಳೀ ಶಂಖದ ಕರೀ ಹಗ್ಗಗೊಳು, ಇವು ಕೊಳ್ಳಾಗಿನ ಬಣ್ಣದ ಮಣಿಸರಗೊಳು."

ಈ ನಡುವೆ ಪೆದಕಾಪಮ್ಮ, "ಸ್ವಾಮ್ಯರ ಇಗಾ ಇವು ಕೊಂಬುಗೊಳ ತುದೀಗಿಡೋ ರಾಗಿ ಕೊಂಬಣಸು, ಇದು ಗುಮರಿ" ಎಂದು ಹೇಳುತ್ತಿರಲು–

"ಇಗಾ, ನಮ್ ಹೆಣ್ಮಗಳು ನನಗ ಗೊತ್ತಾಗಲಾರ್ದಂಗ ಬಚ್ಚಿಟ್ಟ ಒಂದೇ ಒಂದು ಬೆಳ್ಳೀ ಕಡಗಾ" ಎನ್ನುತ್ತಾ ಆ ಕಡಗವನ್ನು ನನ್ನ

ಕೈಗೆ ಕೊಟ್ಟರು ಪೆದಕಾಪು.

ದೊಡ್ಡ ದೊಡ್ಡ ಬಿದಿರು ತಡಿಕೆಗಳು ಬಿಳಿ ಬಣ್ಣ ಹಚ್ಚಿಕೊಂಡು ಗೋಡೆಗಾನಿಸಿ ನಿಂತಿದ್ದವು.

ಅವುಗಳನ್ನು ನೆಲದ ಮೇಲೆ ಹಾಸಿ ಚೆಕ್ಕೆಪೆಟ್ಟಿಗೆಗಳೊಳಗಿನ ಸಾಮಾನುಗಳನ್ನೆಲ್ಲಾ ಅಲ್ಲಿ ಜೋಡಿಸುತ್ತಾರೆಂದು ನನಗರ್ಥವಾಯಿತು. ಅವುಗಳ ಹೆಸರು, ವಿವರಗಳನ್ನು ಕ್ರಮಬದ್ಧವಾಗಿ ಬರೆಯಲು ಪ್ರಯತ್ನಿಸುತ್ತಿದ್ದೆ.

ನಡುನಡುವೆ ಮೊಮ್ಮಗಳ ಮಿಂಚಿನಾಟಗಳು, 'ಗ್ರಾನೀ', 'ಗ್ರಾಪಾ'ಗಳು, ವನ್ಸ್‌ಮೋರ್, ಸ್ಮೈಲ್‌ಪ್ಲೀಸ್‌ಗಳಿಗೆ ತಡೆಯೇ ಇರಲಿಲ್ಲ.

ಆ ಹುಡುಗಿ 'ಗ್ರಾನೀ', 'ಗ್ರಾಪಾ' ಅಂದಾಗಲೆಲ್ಲಾ ಸಾರೀಗಾಪಾ ಎಂದಷ್ಟು ಮಧುರವಾಗಿ ಅಜ್ಜ–ಅಜ್ಜಿಗೆ ಕೇಳಿಸುತ್ತಿತ್ತು. ಸೆಲ್ಫೀಗಳಿಗೆ ಫೋಜು ಕೊಡುತ್ತಾ, ಮಾತುಮಾತಿಗೆ ಬುಜ್ಜಮ್ಮಳ ಕೆನ್ನೆ ಚೊಟುತ್ತಾ ಪರಮಾನಂದಗೊಳ್ಳುತ್ತಿದ್ದರು ಪೆದಕಾಪು ದಂಪತಿಗಳು.

"ಇಗಾ ಸ್ವಾಮ್ಯಾರ, ನೋಡ್ಕಳ್ರಿ, ಎಲ್ಲಾನೂ ಬರಕೊಳ್ರಿ. ಇವು ಬೆನ್ನು ಮ್ಯಾಲಿನ ಚೆಪ್ಪಿನ ಹಾರ, ಇದು ಮುತ್ತಿನ ಹಣಿಪಟ್ಟಿ, ಇವು ಮೊಗಮಲ್ ಟೊಪ್ಪಿಗಿ, ಇದು ಮಿಂಚು ಹಚ್ಚಿದ ಸ್ಯಾಟಿನ್ ಬಟ್ಟೆ, ಇದು ದೊಡ್ ಜೀತದಾಳು ಹಾಕ್ಕೊಣೊ ಚಮ್ಕೀಕೋಟು"

ಅವರು ಉತ್ಸಾಹದಿಂದ ಹೇಳುತ್ತಿದ್ದಾಗ, ಅವನ್ನೆಲ್ಲಾ ಒಂದೊಂದಾಗಿ ಕೈಗೆ ತೆಗೆದುಕೊಳ್ಳುವಾಗ ನನ್ನ ಮನಸ್ಸಿಗೆ ಕಾಳು ಮೆಣಸಿನ ಗಿಣ್ಣು ಉಂಡಷ್ಟು ಉಲ್ಲಾಸವಾಗುತ್ತಿತ್ತು. ಆ ಕ್ಷಣಗಳೆಲ್ಲ ಬೇಗ ಕಳೆದುಬಿಡುತ್ತವೋ ಎಂಬ ಆತಂಕವೂ ಇತ್ತು.

ಅಟ್ಟ ಏರಿದ ಆ ಕಾಲದ ಬೇಸಾಯದ ಸಲಕರಣೆಗಳನ್ನೆಲ್ಲಾ ತಟ್ಟಿ ಎಬ್ಬಿಸಿ, ನನ್ನ ಕೈಗೆ ಕೊಡುವಾಗ ಆರತಿ ತಟ್ಟೆ ಹಿಡಿಯುತ್ತಿದ್ದಾರೇನೋ ಎಂದೆನಿಸಿತು.

ನನ್ನ ಕಂಗಳಿಗಾಗುತ್ತಿದ್ದ ಆನಂದ ಹೇಳತೀರದ್ದು.

"ನಮ್ ತಕ್ಕ ಇನ್ನೂ ವಜ್ಜಿ ವಜ್ಜಿಯಾದ ಏಸೊಂದು ಒಡವೀ ಇರ್ತಿದ್ವು. ಇಷ್ಟ್ ಮಾತ್ರ ಕಾಳಜೀ ಮಾಡೀವಿ. ಇವಿಷ್ಟಾ ಉಳ್ಸಿಕಂಡೀವಿ. ಇದು ಮದ್ವೀ ಸವಾರಿಯ ಬಣ್ಣದ ಬಾರಕೋಲು,

ಇದು ಗೆಜ್ಜೇ ಬಾರಕೋಲು, ಇದು ದಿನಾ ಬಳಸೋ ಚುರುಕು ಬಾರಕೋಲು" ಎನ್ನುತ್ತಾ ಬಾರಕೋಲಿನಿಂದ ಛಳ್ ಎನ್ನಿಸಿ ನಕ್ಕರು.

ಚೆಕ್ಕೆಪೆಟ್ಟಿಗೆ ಇನ್ನೂ ಖಾಲಿಯಾಗಲಿಲ್ಲ. ತೆಗೆಯುತ್ತಾ ಹೋದಂತೆಲ್ಲಾ ಅಕ್ಷಯವಾಗಿ ಏನೆಲ್ಲಾ ಬರುತ್ತಲೇ ಇದ್ದವು.

ಸಣ್ಣ ಗೋಣಿಚೀಲದೊಳಗಿಂದ ಭಜನೆಯ ಕರತಾಳಗಳು, ಗೆಜ್ಜೆಪಟ್ಟಿಗಳು ಸದ್ದುಗೈಯುತ್ತಾ ಹೊರಬಿದ್ದವು.

ಪೆದಕಾಪು ಕಳೆದು ಹೋದ ನಿಧಿಯೊಂದು ಸಿಕ್ಕಿತೇನೋ ಎಂಬಂತೆ ಕಣ್ಣಗಲಿಸಿ ನೋಡಿದರು.

ಮೈಯಲ್ಲಿ ಏನೋ ಹೊಕ್ಕಂತೆ ಭಜನೆಯ ಕರತಾಳಗಳನ್ನು ಬಲಗೈಯಲ್ಲಿ ಹಿಡಿದು, ಗಲಗಲ ಆಡಿಸುತ್ತಾ ಕೊರಳೆತ್ತಿದರು.

"ಶ್ರೀಮದ್ರಮಾರಮಣ ಗೋವಿಂದೋ ಹರಿ..." ಎಂದು ಶುರುಮಾಡಿದರು.

'ಆಯ್' ಎಂದು ಜೋರಾಗಿ ಕೂಗಿ ಬಲಗಾಲಿನಿಂದ ನೆಲವನ್ನು ಒದ್ದರು.

"ಗರುಡಗಮನ ಬಾರೋ, ಹೇ!

ಶರಣು ಶರಣು ಶರಣು... ಶರಣೆನ್ನುವೆ ಬಾ!

ಗರುಡಗಮನ ಬಾರೋ..."

ಪಂಡರಿಭಜನೆ ಹಾಡು ರಸಾವೇಶದಿಂದ ಚಿಮ್ಮಿತು.

ಪೆದಕಾಪಮ್ಮ ಹಾಡಿಗೆ ತಾವೂ ತುಟಿಯಾಡಿಸುತ್ತಾ, ಅಲ್ಲಲ್ಲಿ ಪದಕಟ್ಟುತ್ತಾ ಆ ಹಾಡಲ್ಲಿ ಲೀನವಾದರು.

ಹಸಿರು ತೋರಣದ ಹಂದರದಲ್ಲಿ ಹಳೆಯ ಕಾಲದ ಸಂಪ್ರದಾಯಗಳು ಈ ದಂಪತಿಗಳ ಪುಣ್ಯವೋ ಎಂಬಂತೆ ಕಣ್ಣ ಮುಂದೆ ಸಾಕ್ಷಾತ್ಕರಿಸಿದವು.

ಬುಜ್ಜಮ್ಮ ಫೋಟೋ ಮೇಲೆ ಫೋಟೋ ತಗೆಯುತ್ತಲೇ ಇದ್ದಳು. ನನ್ನ ಬಾಲ್ಯದ ನೆನಪುಗಳ ಜಡಿಮಳೆಯಲ್ಲಿ ಮನಸು ಮಿಂದೆದ್ದಿತು. ಜೊತೆಗೆ ಎಷ್ಟೆಲ್ಲಾ ಜ್ಞಾನ–ವಿಜ್ಞಾನ. ಕರು, ಗೂಳಿ, ಮಣಕ, ಎತ್ತು – ಇವುಗಳ ನಡುವಿನ ವ್ಯತ್ಯಾಸ ಗೊತ್ತಾಯಿತು.

'ಮೂಗುದಾರ ಹಾಕೋದು, ಜತಿ ಮಾಡೋದು, ನೊಗ ಹೂಡೋದು, ನೇಗಿಲು ಹೊಡೆಯೋದು – ಹೆಂಗಂತ ನನಗ ತಿಳೀತು' ಎಂದು ಜೋರಾಗಿ ಚೀರಬೇಕೆನಿಸಿತು.

'ಎಲ್ಲವನ್ನೂ ಬರೆದುಕೊಳ್ಳಬೇಕು. ನಾಳೆಯ ಪೀಳಿಗೆಗೆ ನಮ್ಮ ವೈಭವವನ್ನು, ಸಂಸ್ಕೃತಿಯನ್ನು ದಾಟಿಸುವ ಜವಾಬ್ದಾರಿಯನ್ನು ನಾನು ತೆಗೆದುಕೊಳ್ಳಬೇಕು' ಎಂದು ಗಟ್ಟಿ ನಿರ್ಧಾರ ಮಾಡಿದೆ. ಎಷ್ಟೇ ಆದರೂ ನಾನು ಈ ಪೀಳಿಗೆಯ ಪ್ರತಿನಿಧಿ.

ಪೆದಕಾಪು ನನ್ನ ಯೋಚನಾ ಪ್ರವಾಹಕ್ಕೆ ಅಡ್ಡಬಂದು–

"ಇಗಾ ಸ್ವಾಮ್ಯಾರ, ಈ ತೆಳ್ಳನವು ಅಂಕುಶದ ಕೋಲು, ಸೊಲ್ಪ ದಪ್ಪಗಿದಾವಲ್ಲ ಇವು ಸಾಮು ಕೋಲು, ಈ ತುದೀಗಿ ಬೆಳ್ಳೀ ಮುಳ್ಳೈತಿ, ಕಾಣ್ತಾ?" ಎಂದೊಡನೆಯೇ ನಾನು ತಲೆಬಾಗಿ ಅವುಗಳತ್ತ ನೋಡಿದೆ.

"ಪಾಪ! ಎತ್ತಿಗೆ ಯಾವ ಮುಳ್ಳಾದ್ರೂನೂ ನೋವು ಒಂದಾ, ಬೆಳ್ಳಿ ಮುಳ್ಳು ಹಾಕ್ಸೋದು ನಮ್ ಸೊಕ್ಕು ಅಷ್ಟೇ!" ಎಂದು ತಮ್ಮನ್ನು ತಾವೇ ಬೈದುಕೊಂಡರು.

"ಇವು ಬಿದಿರಿನ ದಡಿ; ಆದಿವಾಸಿ ಚೆಂಚರು ಇವುಗೊಳ ಗಂಟು ಕೆತ್ತಿ ಸಾಪು ಮಾಡಿ, ಕೋಲಿನ ಮೇಲೆ ಚಿಕ್ಕಿ ರಂಗೋಲಿ ಹಾಕಿ ಕಾಡಿನಿಂದ ತರುತಿದ್ದರು. ಅದಕ್ಕಾ ಇವನ್ನ ಚೆಂಚರ ಕೋಲು ಅಂತೀವಿ"

ನಾನು ಅವುಗಳನ್ನು ಸೂಕ್ಷ್ಮವಾಗಿ ನೋಡುತ್ತಿರುವುದನ್ನು ಗಮನಿಸಿ, "ಇದು ಸಾಮು ಗರಡೀ ಕೋಲು. ಇದನ್ನ ತಿರುಗಿಸೋದು ಬ್ರಹ್ಮಯಿದ್ಯೆ. ಕೋಲು ತಿರುಗಿಸೋನ ಸುತ್ತಾ ನಾಕು ಮಂದಿ ನಿಂತು, ಗಜ್ಜಿಗೆ ಕಾಯಿ ತೂರುತಿದ್ರು. ಒಂದು ಕಾಯೀನೂ ಅವ್ನ ಮೈಗೆ ತಾಗಿದ್ರಾ ಕೇಳ್ರಿ. ಗಜ್ಜಿಗೆ ಕಾಯಿಗಳ ಮಳಿ ಹಿಂದಕ್ಕ ಸುರಿತಿತ್ತು. ಜೋರಾಗಿ ತಿರುಗೋ ಸಾಮು ಕೋಲು ತಣಚಿ ಮುತ್ತಿದಂಗ ಸದ್ದುಮಾಡುತಿತ್ತು."

ಯಾರೋ ಹೇಳಿದ್ದವು, ಎಲ್ಲೋ ಓದಿದ್ದವು, ಎಲ್ಲವೂ ತಿಳಿದಿದ್ದವುಗಳೇ ಆದರೂ ಪೆದಕಾಪು ಹೇಳುತ್ತಿದ್ದುದನ್ನೆಲ್ಲಾ

ಬಾಯಿತೆರೆದು ಕೇಳುತ್ತಿದ್ದೆ. ನಮ್ಮ ರೈತಾಪಿ ವಿನೋದವಿಕಾಸಗಳ ಸಂಕೇತಗಳನ್ನು ಸಾಕ್ಷಿ ಸಮೇತ ಮನಸಾರೆ ಕಣ್ದುಂಬಿಸಿಕೊಳ್ಳುತ್ತಿದ್ದೆ.

ಇಷ್ಟರೊಳಗೆ ಮತ್ತೊಂದು ಕೋಲ್ಮಿಂಚು–

ಬೆಳ್ಳೀ ಪಟ್ಟಿ ಕೈಕೋಲಿನ ಒಂದು ತುದಿಯಲ್ಲಿ ಬೆಳ್ಳಿಗೆಜ್ಜೆಗಳ ಗೊಂಚಲು ನೇತಾಡುತ್ತಿತ್ತು.

ಆ ಕೈಕೋಲನ್ನು ನನ್ನ ಕೈಗೆ ಕೊಡುತ್ತಾ –

“ಅವಾಗೊಂದ್ ಸಲ ನಮ್ ಹೊಲದಾಗ ಎಕ್ರೀಗಿ ಮುವತ್ತು ಚೀಲದಂಗ ಬೆಳೀ ಬಂದಿತ್ತು… ಆಗಿನ ದಿನದಾಗ ಎಕ್ರೀಗಿ ಹದಿನೈದು–ಇಪ್ಪತ್ತು ಚೀಲ ಬೆಳೀ ಬರೋದಾ ದೊಡ್ ಮಾತು. ಅವಾಗ ಈ ಐಬ್ರೀಡು ಬೀಜ, ಗೊಬ್ರ–ಪಬ್ರ ಏನರಾ ಇರ್ತಿದ್ವನು? ಆ ದಿನ ಕಣದಾಗ ನೆಲ್ಲು ತೂಕ ಹಾಕೋ ಹೊತ್ನಾಗ ಸುತ್ತಮುತ್ತಲ ರೈತರೆಲ್ಲಾ ನೋಡಾಕ ಬಂದಿದ್ರು. ನಮ್ ಹೊಲ ಬೇಸು ಬೆಳದಿತ್ತಂತ ಗೊತ್ತಾಗಿದಕ್ಕ ತಾಸೀಲದಾರ್ರು ಸೈತ ನಮ್ಮೂರ ಶಾನಭೋಗರನ್ನ ಕರಕೊಂಡು ಸೀದಾ ಜೀಪುಕಾರಲ್ಲಿ ಕಣದ ಹತ್ರ ಬಂದ್ರು. ಈ ಕರೀ ಕೈಕೋಲನ್ನ ನನ್ ಕೈಯ್ಯಾಗ ಇಡ್ತಾ, ‘ಕಡೀಕೂ ಪೆದಕಾಪು ಅನಸ್ಕಂಡೀ, ಭೇಷ್’ ಅಂತ ಭುಜ ತಟ್ಟಿದ್ರು.”

ಕೈಕೋಲಿನ ಬೆಳ್ಳಿ ಗೆಜ್ಜೆಗಳು ಹೌದೆಂಬಂತೆ ತಲೆಯಾಡಿಸಿ ಸದ್ದುಗೈದವು – ಕೈ ಬದಲಾಗುತ್ತಾ.

ಕೋಲನ್ನು ಕೈಗೆ ತೆಗೆದುಕೊಂಡ ಪೆದಕಾಪಮ್ಮ, ಮೇಣದ ಕಾಗದವನ್ನು ಮರಳಿ ಅದಕ್ಕೆ ಸುತ್ತುತ್ತಾ – “ಜೀಪು ಇಳುದು ಬಂದ ತಾಸಿಲ್ದಾರನೋರು ಇದನ್ನ ಇವ್ರ ಕೈಯ್ಯಾಗ ಕೊಟ್ಟು, ಅಲ್ಲಿದ್ದ ಸಿಪಾಯಿಯು ಕೈಯ್ಯಿಂದ ಹಸ್ರು ಬಣ್ಣದ ಖದ್ದರ್ ಶಾಲು ತಗಂಡು ಹೊದಿಸಿದ್ರು. ಅವಾಗ ಎಲ್ಲಾರು ಚಪ್ಪಾಳಿ ತಟ್ಟಿದ್ರು!” ಎಂದು ಹೇಳಿ, ಪೆದಕಾಪು ಅವರನ್ನು ಚುರುಕಾಗಿ ನೋಡಿ – “ನೀನು ಬಾಯ್ ತೆರದು ಪೂರ್ತಿ ಹೇಳಲ್ಲ ಯಾಕ? ಎಲ್ಲಕ್ಕೂ ತೂಕ ಹಾಕ್ಕೊಂತ ಇರತೀ. ನಮ್ ಸಣ್ ಸ್ವಾಮ್ಯಾರುಗ ಎಲ್ಲಾನೂ ಬೇಸ್ ಹೇಳಬೇಕಲ್ಲ?” ಎಂದು ಗದರಿದರು.

“ಹೇ, ಇರ್ಲಿ ಬಿಡಂಗೇ” ಎಂದರು ಪೆದಕಾಪು ಸಂಕೋಚದ

ದನಿಯಲ್ಲಿ.

ಇವರ ಮಾತಿನ ಮಧ್ಯೆ ನುಸುಳಿದ ಬುಜ್ಜಮ್ಮ ಇಬ್ಬರಿಗೂ ಮುದ್ದಾಗಿ ತೋರುತ್ತಿದ್ದಳು. ನೆಟಿಗೆ ಮುರಿದ ಸದ್ದು ಎರಡು ಸಲ ಕೇಳಿಸಿತು.

ಮುಖೇಮುಖೇ ಸರಸ್ವತೀ...

ನನಗಿದೆಲ್ಲಾ ಮಹದಾನಂದವಾಗಿತ್ತು.

ನಾಚಿಕೆಯಿಂದ ಬಿಡಿಸಿಕೊಂಡ ಪೆದಕಾಪು–

"ಆ ಕಡಿ ಶ್ರೀಶೈಲದ ಕಾಡುಗೊಳಿಂದ ಚೆಂಚರು ಪ್ರತಿ ವರ್ಷಾ ಬೆಳಿ ಟೈಮುಗ ಬರತಿದ್ರು. ನಮಗ ಬೇಕಾದ್ದವನ್ನು ತಂದು ಕೊಟ್ಟು ನೆಲ್ಲಿಗೆ ಗಾಳ ಹಾಕತಿದ್ರು. ಬಿದಿರಿನ ಬಟ್ಟಲುದಾಗ ದೇಸೀ ಜೇನುತುಪ್ಪ, ಪಶುವೈದ್ಯಕ್ಕ ಕಾಡ ದಿನುಸು ತರತಿದ್ರು. ಇನ್ನಾ ಹುಲಿ ಉಗುರು, ಹುಲ್ಲೆ ಕೊಂಬು, ಜಿಂಕಿ ಚರ್ಮ..." ಎಂದು ಅಲ್ಲಿಗೇ ನಿಲ್ಲಿಸಿ ಮೌನವಾಗಿ ಎತ್ತಲೋ ನೋಡುತ್ತಾ ಇದ್ದುಬಿಟ್ಟರು.

ಪೆದಕಾಪು ಹರೆಯದಲ್ಲಿದ್ದಾಗ ಕೋಟಪ್ಪಕೊಂಡ ಜಾತ್ರೆಗೆ ತೇರು ಕಟ್ಟಿ ಹೊರಟಾಗ ಎತ್ತುಗಳ ಬಾಯಿಕುಕ್ಕೆ ಹಿಡಿದು ತೆಗೆಸಿಕೊಂಡ ಫೋಟೋ ನೋಡಿದೆ.

ಮಂಗಳಗಿರಿ ಜಾತ್ರೆಯಲ್ಲಿ ನಮ್ಮೂರ ಕನಕತಪ್ಪೆಟ್ಲು ಕಲಾವಿದರ ಜೊತೆ ತೆಗೆಸಿಕೊಂಡ ಸ್ಟೂಡಿಯೋ ಫೋಟೋ ನೋಡಿದೆ.

ಪೂರ್ಣ ಅಲಂಕಾರದಿಂದಿದ್ದ ಜೋಡಿ ಎತ್ತುಗಳ ಮುಂದೆ ಠೀವಿಯಿಂದ ನಿಂತ ಪೆದಕಾಪನ್ನು ನೋಡಿದೆ.

ಸ್ವಲ್ಪ ಹೊತ್ತು ಇಬ್ಬರೂ ಏನೂ ಮಾತನಾಡದೆ ಇದ್ದುಬಿಟ್ಟೆವು.

"ಅಸಲೀ ಜೀವ ಇಲ್ಲದಂಗಾಗಿ, ಈಗ ಬರೀ ಈ ಸಾಮಾನು ಮಾತ್ರ ಉಳದಾವ ನೋಡ್ರಿ" – ಭಾರವಾಗಿ ನಿಟ್ಟುಸಿರು ಬಿಟ್ಟರು ಪೆದಕಾಪು.

"ಸಜೀವ ಇರಬೇಕಂದ್ರ ಬದಲಾವಣೀ ಬೇಕೇ ಬೇಕು. ನಾಗರಿಕತೆ ಸಜೀವವಾಗಿ ಇರಾಕ ಬದಲಾವಣೀ ತಪ್ಪಂಗಿಲ್ಲ!" ಎಂದೆ.

ನನ್ನ ಮಾತಿನಿಂದ ಪೆದಕಾಪು ತೃಪ್ತಿಗೊಳ್ಳಲಿಲ್ಲ. ಮೇಲಾಗಿ,

'ಓ... ಹೌದಾ' ಎಂಬಂತೆ ವಿಚಿತ್ರವಾದ ನೋಟವೊಂದನ್ನು ಬೀರಿದರು. ಈ ನೋಟಕ್ಕೆ ನಾನು ತತ್ತರಿಸಿ ಹೋದೆ.

22

ಪೆದಕಾಪು ಹೇಳಿದಂತೆಯೇ ಎಲ್ಲವನ್ನೂ ತೆಗೆದುಕೊಂಡು, ಇಲ್ಲಿ ತಗ್ಗೊಲೆ ಹೊತ್ತಿಸದೆಯೇ ಎಲ್ಲರೂ ಗುಡಿಗೆ ನಡೆದರು.

"ಅಮೃತಮಸ್ತು... ಶ್ರೀಕೃಷ್ಣಾರ್ಪಣಮಸ್ತು...ಶುಭಮಸ್ತು..."

ಕೃಷ್ಣಸ್ವಾಮಿ ಆಶೀರ್ವಚನ ನೀಡುತ್ತಾ ಸ್ವಯಂಪಾಕಕ್ಕೆಂದು ಕಳಿಸಿದವುಗಳನ್ನು ಪಡೆದುಕೊಂಡರು. ಗರ್ಭಗುಡಿಯು ಸಕಲ ಪಡಿ ಪದಾರ್ಥಗಳಿಂದ ತುಂಬಿ ಹೋಯಿತು. ಪ್ರತಿಯೊಬ್ಬರನ್ನೂ ಮಾತನಾಡಿಸಿ, ಆತ್ಮೀಯತೆಯಿಂದ ಯೋಗಕ್ಷೇಮಗಳನ್ನು ಕೇಳಿದರು. ದಾವಣೀ ಮದುಮಗಳ ತಲೆ ಸವರಿ, "ಈ ಅಮೆರಿಕಾ ಹುಡುಗಿ, ಮುಟ್ಟಿದ್ರಾ ಮಾಸಿ ಹೋಗುವಂಗ ಅದಾಳ, ತೇಟು ಆ ರಾಧಮ್ಮನೋರೇ..." ಎಂದರು ಮಧುರವಾಗಿ.

"ಅಲ್ಲಿನ ನೀರಿಗಿ, ಆ ಗಾಳಿಗಿ ನಮ್ ಕೃಷ್ಣಪ್ಪ ದೇವ್ರು ಹ್ವಾದರೂನೂ ಬೆಳ್ಳಗಾಗಿ, ನುಣ್ಣಗಾಗಿ ಬರತಾರ. ಅದರಾಗ ಅಂತಾ ಇಶೇಷ ಏನಿಲ್ಲ ಬುಡ್ರಿ" ಎಂದನು ಶಿವ.

"ಯಾಕಲೇ ಶಿವಾ ಹಂಗಂತೀ?" ಎಂದಳು ಚಿಟ್ಟೆಮ್ಮ ರಾಗವೆಳೆಯುತ್ತಾ.

ಕರ್ಪೂರ ಬೆರೆಸಿ ಹೆಣೆದ ಎರಡು ದೊಡ್ಡ ನಾರಿನುಂಡೆಗಳನ್ನು ಕಾವಡಿಯಲ್ಲಿ ಹೊತ್ತುಕೊಂಡು ಘಮಾಡಿಸುತ್ತಾ ಗುಡಿಯೊಳಗೆ ಅಡಿಯಿಟ್ಟರು ಪೆದಕಾಪು.

"ಅಬ್ಬಾ! ನಮ್ ಪೆದಕಾಪು ಕಡೀಕೂ ಕಟ್ಟೀ ಇಳಿದು ಬಂದನಲ್ಲಾ" ಎಂದರು ಕೃಷ್ಣಸ್ವಾಮಿ.

"ಇಗಾ ಸ್ವಾಮ್ಯಾರ! ದೇವ್ರ ತೊಟ್ಟಿಲ ಸೇವಕ್ಕ ಕೇಳೀರಂತ ಕರ್ಪೂರದಿಂದ ಹೆಣದು ತಂದೀನಿ" ಎಂದು ಹಿತ್ತಾಳೆ ಕೊಡದಂಥಾ ದೊಡ್ಡ ದೊಡ್ಡ ನಾರಿನುಂಡೆಗಳನ್ನು ದೇವರ ಮುಂದಿಟ್ಟರು.

ಕೃಷ್ಣಸ್ವಾಮಿ ಪೆದಕಾಪಿನ ಎರಡೂ ಕೈಗಳನ್ನು ಹಿಡಿದು ಯಾವುದೋ ಮಂತ್ರ ಗುನುಗುತ್ತಾ ಕಣ್ಣಿಗೊತ್ತಿಕೊಂಡರು.

"ದೇವ್ರ ತೂಗುಯ್ಯಾಲಿ ನೀನಾ ಹೆಣದು ಕೊಡಬೇಕು, ಆ ವಿದ್ಯೆ ನಿಂದಾ ಪೆದಕಾಪು" ಎಂದರು ಅಭಿಮಾನದಿಂದ.

"ನೀವ್ ಹೇಳಿದ ಮ್ಯಾಕ ಆ ದೇವ್ರು ಹೇಳಿದಂಗೇ..." – ಎಂದು ಕೃಷ್ಣಸ್ವಾಮಿಯ ಕೋರಿಕೆಯನ್ನು ಸವಿನಯದಿಂದ ಒಪ್ಪಿಕೊಂಡರು ಪೆದಕಾಪು.

ಇಷ್ಟಾಗೋಷ್ಟಿಗೆ ಸ್ವಸ್ತಿ ನುಡಿದು, ಎಲ್ಲರ ಗೋತ್ರನಾಮಗಳಿಂದ ವೇಣುಗೋಪಾಲ ಸ್ವಾಮಿಗೆ ಅಷ್ಟೋತ್ತರ ನಡೆಸಿದರು.

ಆರತಿ, ನಿವೇದನೆಗಳು ಮುಗಿದವು.

"ಪುನರ್ದರ್ಶನಪ್ರಾಪ್ತಿರಸ್ತು" ಎಂದು ಅಕ್ಷತೆ ಚೆಲ್ಲುತ್ತಾ ಎಲ್ಲರನ್ನೂ ಬೀಳ್ಕೊಂಡರು ಅರ್ಚಕಸ್ವಾಮಿ.

ಹಸಿದಾವರೆ ಎಲೆಗಳಲ್ಲಿ ಬಿಸಿ ಬಿಸಿ ಚಕ್ರಪೊಂಗಲಿ ಪ್ರಸಾದ ಎಲ್ಲರಿಗೂ ಮುಟ್ಟಿತು.

ಹೊರಗೆ ಬಾವಿ ಕಟ್ಟೆಯ ಬಳಿ ಪ್ರಸಾದ ತಿಂದು ಕೈತೊಳೆದುಕೊಂಡು ಎಲ್ಲರೂ ಹೊರಟರು.

ತಂದೆ ಮಗಳು ಹಿಂದೆ ಉಳಿದರು.

ಪೂಜಾರಿಯವರ ಮನೆಯತ್ತ ನಡೆದರು.

ಮನೆಯವರನ್ನು, ಮನೆಯ ಸೊಸೆಯನ್ನು ದಾವಣೀ ಹಬ್ಬಕ್ಕೆ ಬೊಟ್ಟಿಟ್ಟು ಕರೆದರು.

"ದೊಡ್ ಸ್ವಾಮ್ಯಾರನ ನಾ ಕರಿಯಾಂಗಿಲ್ಲ. ಸಣ್ ಸ್ವಾಮ್ಯಾರನ ಕರಿಯೋದು ನಮ್ ಶಿವ ನೋಡ್ಕಾತಾನ" ಎಂದು ನಗುತ್ತಾ ಹೊರನಡೆದರು ಪೆದಕಾಪು.

ರಾಜಗೋಪುರದ ಬಳಿ ನಿಂತರು.

'ಗುಡಿ ತಕ್ಕ ಬಂದ್ರ ಸಲ್ಪೊತ್ತು ಕೂಡಬೇಕಂತ' ಎನ್ನುತ್ತಾ ಉತ್ತರೀಯದಿಂದ ಗುಡಿಯ ಕಟ್ಟೆಯನ್ನೊಮ್ಮೆ ಜಾಡಿಸಿ ಕುಂಡೆಯೂರಿದರು. ಮಗಳು ಪಕ್ಕದಲ್ಲೇ ಕುಳಿತಳು. ಪತರಗುಟ್ಟುವ

ಗುಡಿಯ ಪಾರಿವಾಳಗಳ ಸದ್ದು ಬಿಟ್ಟರೆ ಉಳಿದೆಲ್ಲವೂ ನಿಶ್ಶಬ್ದವಾಗಿತ್ತು. ತಣ್ಣನೆಯ ಗಾಳಿ ಬೀಸುತ್ತಿತ್ತು.

"ನಿಂಬೆ ಹಣ್ಣು ಕೊಡುವೆ ನಿಂತೆನಗೆ ಮುತ್ತು ಕೊಡೊ
ಮಾದಳ ಹಣ್ಣು ಕೊಡುವೆ ನನ್ನ ಬಳಿಗೆ ಬಾರೋ
ಬೆಣ್ಣೆ ಮುದ್ದೆಯ ಕೊಡುವೆ ನನ್ನ ಬೆನ್ನಿಗಿರೋ
ನನ ಪಾಲಿನ ದೇವರೇ, ನನ ಸ್ವಾಮಿ ರಂಗನೇ"

ಪೆದಕಾಪು ಕೊರಳೆತ್ತಿ ಭಜನಗೀತೆ ಹಾಡಲು ಶುರುಮಾಡಿದರು. ರಾಜಗೋಪುರವು ಸಹ ಪ್ರತಿ ಹಾಡಿತು. ಚಿಟ್ಟೆಮ್ಮ ಭಜನೆ ಕೇಳುತ್ತಾ ಅತ್ತಿತ್ತ ನೋಡುತ್ತಿದ್ದಳು. ತಂದೆ ಕುಶಾಲಾಗಿ ಇದ್ದಾರೆಂದು ಖಾತ್ರಿಪಡಿಸಿಕೊಂಡಳು. ಪೆದಕಾಪು ಏನೋ ನೆನಪಾದವರಂತೆ ಒಂದು ಸಲ ಹಾಡೋದನ್ನು ನಿಲ್ಲಿಸಿ, ಮಗಳ ಕಡೆಗೆ ತಿರುಗಿ, "ಶಿವಪ್ಪ ನಿನಗೆಲ್ಲಾನೂ ಹೇಳೇ ಇರ್ತಾನ. ಈಗ ನಿನ್ ಮೂರೆಕ್ರೆ ಬೂಮಿಗಿ ಬರೋ ಹಣಾನ ಏನ್ ಮಾಡ್ಬೇಕಂತ ಹೇಳು. ಬೇಕಾದ್ರಾ, ಅಳಿಯಾರ ತಕ್ಕ, ನಿಮ್ಮ ಅತ್ತೀ ಮನೆಯೋರ ತಕ್ಕ ಒಂದು ಮಾತು ಕೇಳಿದ್ ಮ್ಯಾಕ ಹೇಳು. ನಮಗ ಕೆಟ್ಟೆಸ್ರು ಬರದಂಗ ನೋಡ್ಕಾರವ್ವ" ಎಂದೊಡನೆಯೇ–

"ಕೆಟ್ಟೆಸ್ರೇನೂ ಬರಂಗಿಲ್ಲ ಬುಡು, ಯಾಕ ಬರತ್ತೈತಿ?" ಎಂದು ಚಿಟ್ಟೆಮ್ಮ ಎರಡು ಸಲ ಗಂಟಲು ಸರಿಮಾಡಿಕೊಂಡಳು. ಏನನ್ನೋ ಹೇಳಲು ತಟಪಟಾಯಿಸುತ್ತಿದ್ದಳು.

ಅಷ್ಟರಲ್ಲೇ ದನಿಯೆತ್ತಿ –

"...ಮತ್ತ ನಾಕನೇ ಎಕ್ರೆ ಇಷ್ಟ್ಯಾ ಏನ್ ಮಾಡೀ ಅಪ್ಪಾ?" ಎಂದು ಮೃದುವಾಗಿ ಕೇಳಿದಳು.

ಆ ಮಾತು ರಾಜಗೋಪುರಕ್ಕೆ ಬಡಿಬಡಿದು, ತಿರುತಿರುಗಿ, 'ನಾಕನೇ ಎಕ್ರೆ' ಎಂದು ನಾಲ್ಕು ಸಲ ಕೇಳಿಸಿತು ಪೆದಕಾಪು ಕಿವಿಗೆ.

ಕೆನ್ನೆಗೆ ಯಾರೋ ಚಳ್ಳನೆ ಬಾರಿಸಿದಂತಾಗಿ ಹಳೆಯ ವಿಷಯವೊಂದು ನೆನಪಾಯಿತು.

ಹೌದು, ಏಳೆಂಟು ವರ್ಷ ಮಳೆ–ಬೆಳೆ ಇಲ್ಲೆಂದು ಮಗಳಿಗೆ

ಗುತ್ತಿಗೆ ಹಣ ಕೊಡದಿದ್ದ ಮಾತು ನಿಜವೇ.

‘ನೀನಾದ್ರಾ ಗಂಡನ್ ಮರೆಯಾಗ ಇರೂ ಹುಡುಗಿ. ಆದ್ರಾ ತವರಮನೆಯೋರು ಕೊಡ್ಲಿಲ್ಲ ಅಂತನೋ, ಹೆಣ್ಮಗಳ ರೊಕ್ಕಕ್ಕ ಆಸಿ ಪಟ್ಟಾರಂತನೋ ನಮಗ ಕೆಟ್ಟೆಸ್ರು ಬರಬಾರ್ದು. ಯಾರಿಗೋ ಹೊಲ ಮಾರಿ ನಿನಗ ರೊಕ್ಕ ಕಟ್ಟಾ ಬಿಡ್ಲೀ, ಒಂದೆಕ್ರೀ ನಿನ್ ಹೆಸರಿಗಿ ಬರದು ಬಿಡತೀನಿ ತಗಾ’ ಎಂದು ಪೆದಕಾಪು ಆವತ್ತು ಒಂದು ಮಾತು ಹೇಳಿದ್ದೂ ನಿಜವೇ.

‘ಇವಾಗ ನಾಯೇನರಾ ಕೇಳಿದ್ನನು? ನೀವ್ ಕೊಟ್ರೂ ಅದು ನಮಗೇನರಾ ಆಸರಿ ಅಕ್ಕೈತನು. ನೀವ್ ಇನ್ನೊಮ್ಮಿ ಈ ಇಷ್ಯ ಮಾತಾಡಬ್ಯಾಡ್ರಿ. ಮರತುಬುಡ್ರಿ’ – ಎಂದು ಚಿಟ್ಟೆಮ್ಮ ಸಲಿಗೆಯಿಂದ ಅಂದು ತವರುಮನೆಗೆ ಕೂಗಾಡಿದ್ದ ಮಾತೂ ನಿಜವೇ.

ಆಗ ಆಡಿದ ಮಾತುಗಳೆಲ್ಲವೂ ಈಗ ಕಿವಿಯಲ್ಲಿ ಗುಂಯ್ಗುಟ್ಟಿದವು.

ಪೆದಕಾಪು ಎದ್ದು ನಿಂತು ಉತ್ತರೀಯವನ್ನು ಜಾಡಿಸಿ ಭುಜದ ಮೇಲೆ ಹಾಕಿಕೊಂಡು, “ನಿನಗಾ ಕೊಡ್ತೇವಿ. ಹೆಣ್ಮಗಳ ರೊಕ್ಕ ನಮಗ್ಯಾಕ ಬುಡು” ಎಂದರು.

ಗುಡಿಯ ಪಾರಿವಾಳಗಳೊಡನೆ ಶ್ರುತಿ ಜೋಡಿಸಿ ಹಲುಬಿದರು. ಇನ್ನಾವ ಮಾತೂ ಆಡದೆಯೇ ತಂದೆ–ಮಗಳು ಮನೆ ಸೇರಿದರು.

23

ಪೆದಕಾಪು ಅವರ ಮನಸು ಚದುರಿಹೋಯಿತು. ಬಾಲಸುಟ್ಟ ಬೆಕ್ಕಿನಂತೆ ಅತ್ತಿತ್ತ ಅಲೆಯುತ್ತಿದ್ದರು.

ತಲೆಯ ಶ್ರುತಿ ಹೋಯಿತು. ಎದೆಯ ಲಯ ತಪ್ಪಿತು.

“ಅವಾಗ ಎಕ್ರಿ ಅಂದ್ರ ಎಕ್ರೇನಾ. ಈಗ ಎಕ್ರಿ ಅಂದ್ರ ಸುಮ್ನೇನಾ. ಎಪ್ಪೋ – ಎಷ್ಟು ರೊಕ್ಕ ಏನು ಕತಿ. ಆ ಎಕ್ರೇ ಬಗ್ಗಿ ಚಿಟ್ಟೆಮ್ಮ ಅವಾಗೇನೋ ಬಾಯ್ಮಾತಿಗೆ ಬ್ಯಾಡ ಅಂದ್ಲು, ಆದ್ರ ಈಗ ಜೋರು ಮಾತಲ್ಲೇ ಕೇಳಾಕತ್ತಾಳ. ಇದೆಲ್ಲಾ ಮಾಮೂಲೀನಾ...” – ತಂದೆ ತಮ್ಮನ್ನು ತಾವು ಸಂಬಾಳಿಸಿಕೊಂಡರು.

ನಾಲ್ಕನೇ ಎಕರೆಯನ್ನು ಬರಿಯ ಮಾತಾಗಿ ಬಿಟ್ಟುಬಿಟ್ಟಿದ್ದಕ್ಕೆ ಪೆದಕಾಪಿಗೆ ಸತ್ತುಬಿಡುವಷ್ಟು ನಾಚಿಕೆಯೆನಿಸಿತು. ಈಗ ಚಿಟ್ಟೆಮ್ಮನಿಂದ ನೆನಪು ಮಾಡಿಸಿಕೊಂಡಿದಕ್ಕೆ ಅವರಲ್ಲಿ ರೋಷವುಕ್ಕಿತು. ದಿಕ್ಕು ತೋಚದಂತಾಗಿ ಮನೆಯ ಒಳಗೂ ಹೊರಗೂ ಅಲೆಯುತ್ತಿದ್ದರು. ಕಳವಳಗೊಳ್ಳುತ್ತಿದ್ದರು.

ಹಿತ್ತಲಲ್ಲಿ ತಗ್ಗೊಲೆಯ ಮೇಲೆ ಅಡುಗೆಯ ಕೆಲಸಗಳು ಸಾಗುತ್ತಿದ್ದವು. ಶಾಮಿಯಾನಾದ ತೆರೆಗಳನ್ನು ಎಲ್ಲೆಂದರಲ್ಲಿ ಅಡ್ಡಲಾಗಿ ಕಟ್ಟಿದ್ದರು. ತೆರೆಗಳ ಮರೆಯಲ್ಲಿ ಹೆಂಗಸರೂ ಗಂಡಸರೂ ಆಡಿಕೊಳ್ಳುತ್ತಿದ್ದ ಕೀಸರುಬಾಸರು ಮಾತುಗಳು ಕೇಳಿಬರುತ್ತಿದ್ದವು. ತಗ್ಗೊಲೆಯು ಬೆಂಕಿ ನಾಲಿಗೆಗಳನ್ನು ಚಾಚುತ್ತಿತ್ತು, ಪಾತ್ರೆಗಳ ಮೇಲಕ್ಕೇರುತ್ತಿದ್ದ ಅದರ ನೆರಳುಗಳು ತೆರೆಗಳೊಳಗಿಂದ ಕಾಣಿಸುತ್ತಿದ್ದವು.

ಪೆದಕಾಪು ಕಟ್ಟೆಯ ಮೇಲೆ ಕೂತುಬಿಟ್ಟಿದ್ದರು. ಎರಡೂ ಕೈಗಳನ್ನು ಹಿಂದಕ್ಕಾನಿಸಿ ಆಕಾಶದತ್ತ ನೋಡಿದರು.

ಯಾವ ಸದ್ದೂ ಸಪ್ಪಳವಿಲ್ಲದಂತೆ ಮೇಲಿಂದ ಕೆಳಗಿಳಿದ ಹದ್ದು ಪಹೆಲ್ವಾನಿನಂಥಾ ಹಾವನ್ನು ಹಾರಿಸಿಕೊಂಡು ಹೋಗುವ ಚಿತ್ರ ಕಣ್ಣ ಮುಂದೆ ಸುಳಿದಾಡಿತು.

ಬೆಚ್ಚಿಬಿದ್ದರು. ಶಿವನಿಗಾಗಿ ಸುತ್ತಲೂ ಹುಡುಕಿದರು. ಕಂಡ. ಕರೆದರು.

“ಲೇ ಶಿವಪ್ಪಾ! ಈಗ ನಾವು ಹೆಣ್ಮಗಳಿಗಿ ನ್ಯಾಯವಾಗಿ, ಸಮುದ್ರದಾಚೀ ಇದ್ರೂ ಸಮವಾಗಿ ಪಾಲು ಕೊಡ್ಬೇಕಲ್ಲ... ನಿಂದೊಂದು ಪಾಲು, ನಂದೊಂದು ಪಾಲು, ಚಿಟ್ಟೆಮ್ಮಂದೊಂದು ಪಾಲು” – ಜೋರಾಗಿ ನಕ್ಕು – “ಶಿವ್ಯಾ! ಹಂಗಾದ್ರ ಅಕ್ಕಗ ನಾಕನೇ ಎಕ್ರೆ ಕೊಡ್ಲೇಬೇಕ್ಲೇ” ಎಂದು ಹೇಳಿ ಮಗನ ಪ್ರತಿಕ್ರಿಯೆ ಏನಿರಬಹುದೋ ಎಂದು ದಿಗಿಲುಗೊಳ್ಳುತ್ತಾ ನೋಡಿದರು.

“ಆತು ಬಿಡು. ಹಂಗಂತ ಯಾವಾಗೋ ಅನ್ಕಂಡೀವಲ್ಲ...” ಎಂದ ಶಿವ; ಅಪ್ಪನ ಮಾತು ತನಗೇನೂ ಹೊಸತಲ್ಲವೆಂಬಂತೆ.

ತಾವು ಊಹಿಸದ ಉತ್ತರವನ್ನು ಕೇಳಿದ ಪೆದಕಾಪು

ತತ್ತರಿಸಿದರು.

"ನಾವೇನ್ ಅನ್ನಂಡೀವಿಲೇ?"

"ನಾವಲ್ಲ... ಅಕ್ಕನೋರು"

"ಏನಲೇ?"

"ಹೌದು, ನಿನಗಿದು ಮುಂಜಾನಿನಾ ಗೊತ್ತಾಗೈತಿ. ನನಗ ಯವಾಗೋ ಗೊತ್ತು"

"ಹೆಂಗ?"

"ನಮ್ ಗಿರಾಕಿ ಒಪ್ಪಂದ ಆದ ದಿನಾನಾ, ಅಕ್ಕ ಮತ್ತ ಬಾವಯ್ಯ

ತಮ್ ಪಾಲಿಗಿ ದೀಡು ಕೋಟಿಗಿಂತ್ಲೂ ಹೆಚ್ಚು ರೊಕ್ಕ ಬರತೈತಂತ ಹೇಳಿ ಬೆಂಗಳೂರಿನಾಗ ಒಳ್ಳೇ ಅಪಾರ್ಟ್ಮೆಂಟು ನೋಡಾಕ ವೆಂಚರಿನೋರಿಗೆ ಹೇಳ್ಯಾರಂತ. ಈಗ ಲೆಕ್ಕ ಸರಿಯೋತಲ್ಲ" ಎಂದನು ಶಿವ.

"ಹೋಗ್ಲಿ ಬಿಡು, ನಮಗ ಕೆಟ್ಟೆಸರು ಬರಬಾರ್ದು. ನಮದೆಲ್ಲಾ ದೇವ್ರೇ ನೋಡ್ಕೋತಾನ. ನನಗ ಆ ಧೈರ್ಯಾ ಐತಿ" ಇಲ್ಲದ ಗಾಂಭೀರ್ಯವನ್ನು ಪ್ರದರ್ಶಿಸಿದರು ಪೆದಕಾಪು.

"ಆತು ಬಿಡು" ಎಂದು ಶಿವ ಅತ್ತ ಹೋಗುತ್ತಾ ಇರುವಾಗ, "ಲೇ ಶಿವ್ಯಾ, ಬೇಸು ನೆನಪಿಟ್ಕ. ನನಗೇನರಾ ಹೆಚ್ಚೂ ಕಮ್ಮೀ ಆದ್ರ, ನನ್ನ ಇಗಾ ಈ ಮಾನಂದಿ ಕಲ್ಲು ಮ್ಯಾಗ ಒಮ್ಮೆ ಮಲಗಿಸಿ ಬುಡು. ನನ್ ಕೈಯ್ಯಾಗ ನಮ್ ಬಣ್ಣದ ಬಾರಕೋಲು ಇಡು, ಅಷ್ಟಾ!" – ಅರ್ಥವಿಲ್ಲದ ನಗುವನ್ನು ಬೀರಿ ಕಣ್ಣೊರೆಸಿಕೊಂಡರು.

"ಆತು ಬಿಡು. ಈಗ್ಯಾಕ ಅದೆಲ್ಲಾ? ಶುಭಾ ಅಂತ ಹಬ್ಬದ ಹೊತ್ತಿನಾಗ" ಎಂದು ಬಾಯಿಮಾಡಿದನು ಶಿವ.

ಪೆದಕಾಪು ಅವರ ಕಣ್ಣು ಕೆಂಪಗೆ ಮಿರುಗುತ್ತಿದ್ದವು. ಉತ್ತರೀಯದಿಂದ ಕಣ್ಣೊತ್ತಿಕೊಂಡರು.

ತಂದೆ ಅಯೋಮಯವಾಗಿದ್ದನ್ನು ಗಮನಿಸಿದ ಶಿವ ಅವರ ಕೈಹಿಡಿದು ಕಟ್ಟೆಯ ಮೇಲೆ ಸಾವಕಾಶವಾಗಿ ಕೂಡಿಸಿ, ಹಂದರದೊಳಗೆ ಮಾಡಬೇಕಾಗಿದ್ದ ಕೆಲಸಗಳನ್ನು ನೋಡಿಕೊಳ್ಳಲು ಹೋದ.

ಪೆದಕಾಪಮ್ಮ ಲೋಟದ ತುಂಬಾ ಮಜ್ಜಿಗೆ ತಂದುಕೊಟ್ಟರು. ಮಜ್ಜಿಗೆಯನ್ನು ಗಟಗಟನೆ ಕುಡಿದ ಪೆದಕಾಪು ಖಾಲಿ ಲೋಟವನ್ನು ಕೊಡುತ್ತಾ, "ನಮ್ ಶಿವಪ್ಪ ಅದ್ರ ಬಗ್ಗಿ ಏನೂ ಅನಲಿಲ್ಲ... ಅದೇಬೇ ಖೋಡಿ, ನಾಕನೇ ಎಕ್ರೀ ಬಗ್ಗಿ" ಎನ್ನುತ್ತಾ ಬರುತ್ತಿದ್ದ ಒಣನಗೆಯನ್ನು ಉತ್ತರೀಯದಿಂದ ವರೆಸಿಕೊಂಡರು.

"ಅದಕ್ಕನು ಈ ನಗೀ... ಈ ಚಾಷ್ಟಿ" ಎನ್ನುತ್ತಾ ಪೆದಕಾಪಮ್ಮ ಹೊರಟುಹೋದರು.

ಪೆದಕಾಪು ಅವರ ಮನದೊಳಗೆ ಹೊಸ ಸಿಕ್ಕೊಂದು

ಬಿಡಿಸಿಕೊಂಡಂತಾಯಿತು.

"ನೀರಿಗಿಂತಲೂ ರಕುತ ಗಟ್ಟಿ, ಜೇನಿಗಿಂತಲೂ ಹಸಿರು ನೋಟಿನ ಬಣ್ಣ ಗಟ್ಟಿ" – ಬಿಡಿಸಿಕೊಂಡ ಸಿಕ್ಕಿನ ಒಳದನಿಯು ಅವರ ಮನದೊಳಗೆ ಮಾರ್ದನಿಸಿತು.

ಪೆದಕಾಪು ಮುಖವೆಲ್ಲಾ ಬಾಯಾಗಿಸಿ ನಕ್ಕರು. ಎರಡೂ ಕೈಗಳನ್ನು ಗಾಳಿಯಲ್ಲಿ ತಿರುಗಿಸುತ್ತಾ, ಹುಚ್ಚುಹುಚ್ಚಾಗಿ ಹಲ್ಲು ಕಿಸಿದರು.

24

ತೆರೆಗಳ ಮರೆಯಿಂದ ಕೊತಕೊತನೆ ಕುದಿಯುತ್ತಿದ್ದ ಸದ್ದು ಕೇಳಿಬರುತ್ತಿತ್ತು. ಅಡುಗೆಯವರ ಮಾತು, ನಡುನಡುವೆ ಕೇಕೆ, ಕೋಲಾಹಲ ಬಲು ಜೋರಿನಿಂದಿತ್ತು. ಪೆದಕಾಪು ಅವರ ತಲೆಯಲ್ಲಿ ಯಾವ ಯೋಚನೆಯೂ ಇಲ್ಲ. ಎಲ್ಲಾ ಖಾಲಿ ಖಾಲಿ. ಒಂದು ಸಲ ಮೂಗಿನ ಹೊರಳೆಗಳನ್ನು ಆಡಿಸಿದರು. ಯಾವುದೋ ಆಗಿಬರದ ವಾಸನೆಯೊಂದು ಮತ್ತೆ ಮತ್ತೆ ನಾರುತ್ತಿದ್ದಂತೆನಿಸಿ ಮುಖ ಸಿಂಡರಿಸಿದರು.

ಒಂದೇ ಸಲಕ್ಕೆ ಎದ್ದು ನಿಂತರು. ಎರಡೇ ಹೆಜ್ಜೆಯಲ್ಲಿ ಪರದೆಗಳನ್ನು ಪಕ್ಕಕ್ಕೆ ಸರಿಸಿ ಒಳಗೆ ಹೋದರು. ನಿಗಿನಿಗಿ ಉರಿಯುತ್ತಿದ್ದ ತಗ್ಗೊಲೆಯ ಮೇಲೆ ಹುರುಳಿಕಾಳು ಬೇಯುತ್ತಿದ್ದವು.

ಅದನ್ನು ನೋಡಿದವರೇ ಉಗ್ರವಾಗಿಬಿಟ್ಟರು.

ಇಡಿಯಾಗಿ ನಡುಗುತ್ತಾ–

"ಯಾರಲೇ ಅದನ್ನ ಹೇಳಿದ್ದು, ಯಾರಲೇ ಅದನ್ನ ತಂದದ್ದು" ಎಂದು ಕೂಗುತ್ತಾ, ಹಲ್ಲು ಕಡಿಯುತ್ತಾ, ಎಲ್ಲಿಲ್ಲದ ಶಕ್ತಿಯನ್ನು ಒಗ್ಗೂಡಿಸಿಕೊಂಡು ಒಲೆಯ ಮೇಲಿನ ಬೋಗುಣಿಗೆ ಜೋರಾಗಿ ಒದ್ದರು. ಕೊತಕೊತಗುಡುತ್ತಿದ್ದ ಬೋಗುಣಿ ತಲೆಕೆಳಗಾಗಿ ಬಿತ್ತು. ತಗ್ಗೊಲೆಯೊಳಗಿಂದ ಬೆಚ್ಚನೆಯ ಹೊಗೆಯಾಡುತ್ತಿತ್ತು. ಸುತ್ತಲಿನ ಜನ ಇದ್ದವರು ಅಲ್ಲಲ್ಲೇ ಗೊಂಬೆಗಳ ಹಾಗೆ ನಿಂತುಬಿಟ್ಟರು.

ಹೊಗೆಂಯೊಳಗಿಂದ ಜೋರಾಗಿ ಸದ್ದು ಮಾಡುತ್ತಾ ಕಣಕಣಗುಡುವ ಇದ್ದಿಲು ಮೇಲಕ್ಕೆ ಚಿಮ್ಮಿದವು.

ಯಾರಿಗೂ ಏನೂ ತಿಳಿಯುತ್ತಿಲ್ಲ. ಯಜಮಾನನ ವರ್ತನೆ ಅಲ್ಲಿಯವರನ್ನೆಲ್ಲಾ ಭಯಗೊಳಿಸುತ್ತಿತ್ತು. ಪೆದಕಾಪು ಒಲೆಯ ಆ ಕಡೆಗೆ ಒಂದು ಕಾಲು ಈ ಕಡೆಗೆ ಒಂದು ಕಾಲು ಹಾಕಿ, ಥಟ್ಟನೆ ಬಾಗಿ, ಒಳಗೆ ಸುಡುತ್ತಿರುವ ನೇಗಿಲ ದಿಂಡನ್ನು ಎರಡು ಕೈಗಳಿಂದ ಬಲವಾಗಿ ಹಿಡಿದು ಹೊರಗೆಸೆದರು. ಕಾಲುಗಳ ಹಿಡಿತ ತಪ್ಪಿ, ಜೋಲಿಯಾಗಿ ಒಲೆಯಲ್ಲಿ ಬೀಳುತ್ತಿದ್ದವರನ್ನು ಅಲ್ಲಿದ್ದವರು ಎಳೆದು ಹೊರಗೆ ನಿಲ್ಲಿಸಿದರು. ಮೆಲ್ಲನೆ ಕಟ್ಟೆಯ ಮೇಲುಗಡೆ ಕೂರಿಸಿದರು. ಅಷ್ಟು ಹೊತ್ತಿಗೆ ಬೆಂಕಿಯಲ್ಲಿ ನೇಗಿಲ ಕುಳವು ಕಟ್ಟು ಬಿಡಿಸಿಕೊಂಡಿತು. ಈಗ ಆಕಾರಗೆಟ್ಟು ಹೊರಬಿದ್ದ ನೇಗಿಲದಿಂಡು ಕಪ್ಪನೆಯ ಧಗೆಯನ್ನು, ಹೊಗೆಯನ್ನು ಕಕ್ಕುತ್ತಿತ್ತು.

ಪೆದಕಾಪು ಅವರ ಅಂಗೈ ತುಂಬಾ ಬೊಕ್ಕೆಯೆದ್ದವು. ಬೆಂಕಿಯ ಉರಿಯು ನೇರವಾಗಿ ತಾಕಿದ್ದಕ್ಕೆ ಕಣ್ಣು ಬಾತಿದ್ದವು. ಅಂಗಾಲು ಹುಣ್ಣಾದವು. ಎಲ್ಲರೂ ಸುತ್ತುವರೆದರು, ಮುಖದ ಮೇಲೆ ನೀರು ಚಿಮುಕಿಸಿದರು.

ಗಾಬರಿಗೊಂಡ ಹಂದರವನ್ನು ನಿಶ್ಶಬ್ದವು ಆವರಿಸಿಕೊಂಡಿತು.

"ನಿಮ್ ಮನೆ ಹಾಳಾಗ! ಅದನ್ನ ಇಡತಾರೇನ್ಲೇ ಒಲ್ಯಾಗ. ಹೊಟ್ಟೀಗಿ ಬಟ್ಟೀಗಿ ಎಲ್ಲಾ ಅದ್ರಿಂದ್ಲೇ ಬರ್‍ತೈತ್ಲೇ. ನಮಗ ಸೀತವ್ವನ ಕೊಟ್ಟೈತ್ಲೇ ಅದು" – ಪೆದಕಾಪು ಗಂಟಲು ಹರಿದುಹೋಗುವ ಹಾಗೆ ಕೂಗಾಡತೊಡಗಿದರು.

ಕೆಂಪು ಕಿಡಿಯಂತಿದ್ದ ಅವರ ಕಣ್ಣು ಮುಚ್ಚಿಕೊಳ್ಳುತ್ತಿದ್ದವು. ಕ್ಷಣದಲ್ಲಿ ಊರಿಗೆ ಊರೇ ಅಲ್ಲಿಗೆ ಬಂದು ಸೇರಿತು.

ಅಪ್ಪ ಬರುತ್ತಲೇ, "ಶ್ರೀಮತ್ಪಯೋನಿಧಿನಿಕೇತನ ಚಕ್ರಪಾಣೇ ಭೋಗೀಂದ್ರಭೋಗಮಣಿರಾಜಿತ ಪುಣ್ಯಮೂರ್ತೇ..." ಎನ್ನುತ್ತಾ ಕರಾವಲಂಬ ಸ್ತೋತ್ರ ಶುರುಮಾಡಿದರು.

ಇದ್ದಕ್ಕಿದ್ದಂತೆ ಅಲ್ಲಿಗೆ ಧೈರ್ಯವೇ ಇಳಿದುಬಂದಂತೆನಿಸಿತು. ನೃಸಿಂಹ ಸ್ತೋತ್ರವನ್ನು ಉಸಿರು ಬಿಡದೆ ಪಠಿಸಲು ಅಪ್ಪ ನನಗೆ ಸನ್ನೆ

ಮಾಡಿ ಹೇಳಿದರು. "ಬ್ರಹ್ಮೇಂದ್ರರುದ್ರಮರುದರ್ಕಕಿರೀಟಕೋಟಿ..." – ನಾನು ಶುರುಮಾಡಿದೆ.

ಅಷ್ಟೊತ್ತಿಗಾಗಲೇ ಅಪ್ಪ ಜತನದಿಂದ ಎಲ್ಲರನ್ನೂ ದೂರ ಸರಿಸಿದರು. ಪೆದಕಾಪು ಅವರನ್ನು ಕಾರಿನಲ್ಲಿ ಮಲಗಿಸಿದರು. ಕಾರಿನ ಗಾಲಿಗಳು ಆತಂಕದಿಂದಲೇ ತಿರುಗಹತ್ತಿದವು.

25

ಕಾರಿನ ಬ್ಯಾಕ್‌ಸೀಟಿನಲ್ಲಿ ಮಲಗಿದ್ದ ಪೆದಕಾಪು ನೋವಿನಿಂದ ನರಳುತ್ತಿದ್ದರು. ತಲೆ ಅಪ್ಪನ ಮಡಿಲಲ್ಲಿತ್ತು.

ಅಪ್ಪ ಕರಾವಲಂಬ ಸ್ತೋತ್ರ ಸ್ಮರಿಸುತ್ತಾ, ತಲೆ ಸವರುತ್ತಾ ಕೂತರು.

"ದಯಾಳೋ ಲಕ್ಷ್ಮೀನೃಸಿಂಹ ಮಮ ದೇಹಿ ಕರಾವಲಂಬಮ್" – ನಾನು ಕಣ್ಣು ಮುಚ್ಚಿ ಆ ಸ್ತೋತ್ರದ ಪಾರಾಯಣದಲ್ಲಿ ಲೀನವಾದೆ.

ಶಿವ ಪಿಟ್ಟೆನ್ನುತ್ತಿಲ್ಲ. ದಾರಿಯುದ್ದಕ್ಕೂ ಪೆದಕಾಪು ನರಳಿಕೆಯ ನಡುವೆಯೂ ಏನೋ ಒಂದು ಮಾತಾಡುತ್ತಲೇ ಇದ್ದರು. ಅಪ್ಪ ಕಿವಿಗೊಟ್ಟು ಕೇಳುತ್ತಾ, 'ಹ್ಞುಂ'ಗುಟ್ಟುತ್ತಾ, ಏನೇನೋ ಪ್ರಶ್ನೆ ಕೇಳುತ್ತಾ ರೋಗಿಯ ಪ್ರಜ್ಞೆ ತಪ್ಪದಂತೆ ನೋಡಿಕೊಳ್ಳುತ್ತಿದ್ದರು. ಅಷ್ಟು ಗಡಿಬಿಡಿಯಲ್ಲೂ ನಾನೆಲ್ಲವನ್ನೂ ಗಮನಿಸುತ್ತಲಿದ್ದೆ.

ಮುಂಚೆಯೇ ಫೋನು ಮಾಡಿ ಹೇಳಿದ ಕಾರಣಕ್ಕೆ ಆಸ್ಪತ್ರೆ ಸಿದ್ಧವಾಗಿದ್ದು, ಅಗತ್ಯವಾದ ತುರ್ತುಸೇವೆಯನ್ನು ನೀಡಿತು. ಹಿಂದೆಯೇ ನಾಲ್ಕು ಕಾರುಗಳಲ್ಲಿ ಮನೆಯವರು, ಊರಿನವರು ಬಂದು ಸೇರಿದರು. ಆಸ್ಪತ್ರೆಯೊಳಗಿನ ಕ್ರಿಟಿಕಲ್ ಕೇರ್ ಯೂನಿಟ್ಟಿನಲ್ಲಿ ಪೆದಕಾಪು ಅವರನ್ನು ಸೇರಿಸಿದರು. ನಡೆಯಬೇಕಾದ ಪರೀಕ್ಷೆಗಳು ನಡೆಯತೊಡಗಿದವು. ವೈದ್ಯರ ಗುಂಪು ಚಿಕಿತ್ಸೆ ಮಾಡತೊಡಗಿತು. ನೋವು ತಿಳಿಯದಂತೆ ಔಷಧ ಕೊಟ್ಟಿದ್ದಾರೆಂದೂ, ಯಾವ ತೊಂದರೆಯೂ ಇಲ್ಲವೆಂದು ವೈದ್ಯರು ಹೇಳಿದರು.

ದಾರಿಯುದ್ದಕ್ಕೂ ಪೆದಕಾಪು ಸುರಿಸಿದ ಕಣ್ಣೀರಿನಿಂದಾಗಿ ಅಪ್ಪನ

ಪಂಚೆಯ ನಿರಿಗೆಗಳು ತೋಯ್ದು ತೊಪ್ಪೆಯಾದವು. ಪೂರ್ತಿ ದಣಿದವರಂತೆ ಕಂಡರು.

ನಮಗೆ ಚೆನ್ನಾಗಿ ಗೊತ್ತಿದ್ದ ಅಲ್ಲಿಯ ವೈದ್ಯರೊಬ್ಬರ ಜೊತೆ ಮಾತಾಡಿ, ಅವರು 'ನಥಿಂಗ್ ಸೀರಿಯಸ್' ಎಂದ ಮೇಲೆ ನಾನೂ, ಅಪ್ಪ ಹಿಂದಕ್ಕೆ ಮರಳಿದೆವು.

ಅಪ್ಪ ಕಾರಲ್ಲಿ ಒಂದು ಮಾತನ್ನೂ ಆಡದೆ ಗಡದ್ದಾಗಿ ಮಲಗಿಬಿಟ್ಟರು.

26

ನಾವಿನ್ನೂ ಊರು ತಲುಪುವ ಮುನ್ನವೇ ಶಿವ ಫೋನು ಮಾಡಿದ.

"...ಮತ್ತಿನಾಗ ಇಟ್ಟಾರೆ... ಬೇರೆ ಯಾವ ರಗಳೇನೂ ಇಲ್ಲಂತ... ಬಾಳ ಜೋಪಾನವಾಗಿ ನೋಡ್ಕಾಬೇಕು... ಆ ಕೋಣೆ ಒಳ್ಗೆ ಯಾರೂ ಇಣುಕಿ ನೋಡ್ಬಾರದಂತ... ಮೈಗೆ ಹನಿಹನಿ ಏರಿಸಾಕತ್ತಾರ... ಒಂದೇ ಒಂದು ನಿಮ್ಷದಾಗ ಎಲ್ಲಾ ಕಕ್ಕಾಬಿಕ್ಕಿ ಮಾಡ್ಬಿಟ್ಟ..."

"ಹೋಗ್ಲಿ ಬಿಡು... ಬೆಟ್ಟದ ಗತಿ ಬಂದ್ರೂ, ಮಂಜಿನ ಗತಿ ಕರಗಿ ಹೋಯ್ತು... ಅದೇ ಸಮಾಧಾನ" ಎಂದೆ.

"ಪೆದಕಾಪು ಕೋಟ್ಯಾಧಿಪತಿ ಆಗ್ಬಿಟ್ಟನಂತ ಜನ ಆಡ್ಕಾಣದೇ ಆಡ್ಕಾಣಾದು. ಅವ್ರಾಡಿದ ಮಾತಿಗೆ ಪೆದಕಾಪಿಗೆ ದೃಷ್ಟಿ ಬಡೀತು" ಎಂದು ಶಿವ ಹೇಳಿದ.

"ಅಷ್ಟಾ ಅನ್ಕಾಬೇಕು. ಇನ್ನೂ – ರೇಷ್ಮೀ ಪೇಟ ಸುತ್ತಿ, ಬಾರಕೋಲು ಹಿಡಿದು ನಿಂತ ಪೆದಕಾಪುವಿನ ಆಳೆತ್ತರದ ಫ್ಲೆಕ್ಸೀ, ಸುತ್ತಾ ಎತ್ತುಗಳ ಅಲಂಕಾರ – ಇದನ್ನ ನಿಮ್ ಅಂಗಳದಾಗ ಕಂಡೋರೆಲ್ಲಾ ಪೆದಕಾಪು ಪಡೆದು ಬಂದೋನಂದುಕಂಡ್ರು. ಅದರದೂ ಸೊಲ್ಪ ಐತಿ" ಎಂದೆ.

"ಹೌದೌದು... ಅದ್ರಾಗೂ ಆ ಪಟಾನ್ನ ನಮ್ ಬುಜ್ಜಮ್ಮ ತನ್

ಪುಟ್ ಪುಟ್ ಕೈಯ್ಯಿಂದ್ಲೇ ತಗದಾಳಂತ ತಬ್ಬಿಬ್ಬಾಗ್ತಾ ಅದನ್ನ ನೋಡ್ತಾನಾ ಇದ್ಬುಟ್ಟ. ತನ್ ದೃಷ್ಟೀನೇ ಅರ್ಧ ತಟ್ಟಿಬ್ರ್ಬೇಕು" ಎಂದ.

ಕೂಡಲೇ ದನಿ ತಗ್ಗಿಸಿ, "ಇದೆಲ್ಲಾ ಯಾಕ ನಡೀತೋ ಏನ್ ಕತೀನೋ, ಆದ್ರ ನಮ್ ಬಾವಯ್ಯ ಮಾತ್ರ – 'ನಮ್ ನಮ್ ನಡುವೆ ಏನಾದ್ರೂ ಇದ್ರೆ ಮಾತಾಡಿ ಬಗೆಹರಿಸಿಕೊಳ್ಳೋದು ಬಿಟ್ಟು ಕೈ ಒಲೇಲಿ ಇಡೋದು ಯಾಕ' ಅಂತ ನಿಂದೆ ಮಾಡ್ದ"

"......"

"ನಮ್ ಅಕ್ಕ ಬಾಳ ಅಳಾಕತ್ತಾಳ..."

"ಪಾಪ! ನೋವಿರುತ್ತ ಬಿಡು... ಎಷ್ಟಾದ್ರೂ ತಂದೆಯ ಅಕ್ಕರೆಯಲ್ಲಿ ಬೆಳೆದ ಹುಡುಗಿ" ಎಂದೆ ಅನುಕಂಪದ ದನಿಯಲ್ಲಿ.

"'ಶಿವಾ... ಈಗ ಇದ್ದಕ್ಕಿದ್ದಂಗ ರಿಜಿಸ್ಟ್ರೇಷನ್ ನಿಂತೋಯ್ತು... ಅಪ್ಪನಿಗೆ ಹೆಬ್ಬೊಟ್ಟೊತ್ತಾಕ ಬೆರಳುಗೊಳು ಯಾವಾಗ ವಾಸಿಯಗ್ತಾವೋ ಏನೋ... ನಾನ್ ಮತ್ತೆ ಅಷ್ಟ್ ದೂರದಿಂದ ಎದ್ದೂ ಬಿದ್ದೂ ಬರಬೇಕು... ಈ ಸಲ ಟಿಕೇಟು ಖರ್ಚು ನಾನೇ ಹಾಕ್ಕಾಬೇಕು... ನಿಮ್ ಬಾವ ಬಾಯಿಗ್ ಬಂದಂಗ ಬೈಯ್ಯಾಕತ್ತಾರ' – ಅಕ್ಕ ಇದನ್ನಾ ನಾಕು ಸಲ ಹೇಳಿ ಹೇಳಿ ಅಳಾಕತ್ತಾಳ."

"ನೀ ಇದೆಲ್ಲಾ ಯೋಚಿಸಿ ತಲೆ ಕೆಡಿಸ್ಕೋಬೇಡ... ಧೈರ್ಯದಿಂದಿರು" ಎಂದು ಹೇಳಿ ಫೋನ್ ಇಟ್ಟೆ.

ಕಾರು ಗುಡಿಯ ಆವರಣದೊಳಗೆ ಬಂದು ನಿಂತಿತು.

ಅಪ್ಪ ಕಣ್ತೆರೆದು "ಶ್ರೀಕೃಷ್ಣಶ್ಶರಣಂ ಮಮ" ಎನ್ನುತ್ತಾ ಕಾರು ಇಳಿದರು.

27

ಬರುತ್ತಲೇ ಅಪ್ಪ ಬಾವಿಕಟ್ಟೆಯ ಮೇಲೆ ಕೂತರು. ಅವರ ಸನ್ನೆಯನ್ನನುಸರಿಸಿ ಬಿಂದಿಗೆಯಿಂದ ನೀರು ಸೇದಿ ಸುರಿಯತೊಡಗಿದೆ. ಅವರ ತೃಷೆ ತೀರಲು ತುಂಬಾ ಹೊತ್ತೇ ಹಿಡಿಯಿತು. ಮರಳಿ ಮಾತಿಗಿಳಿದರು.

ನಾನು ನೀರು ಸೇದಿ ಕೊಡುತ್ತಲೇ, "ಪಾಪ ಪೆದಕಾಪು ಏನನ್ನಾಕತ್ತಾರ? ನಿಮಗೇನರ ಅರ್ಥ ಆಯ್ತಾ?" ಎಂದು ಕೇಳಿದೆ.

"ಬೇರೆ ಏನಂತಾನ... '...ನಮ್ಮವ್ವನ ಚಿತಿ ವ್ಯಾಗಿಂದ ಬಂದ ಹಾಳು ವಾಸ್ನೀನಾ... ಅವಾಗ ಕೇಳ್ಸಿದ್ದ ಸದ್ದಾ' ಎಂದು ಹೀಗೆ ಏನೋನೋ ಹಳಹಳಿಸ್ತಾ ಇದಾನ. ಪಾಪ! ತಾಯಿಯ

ಕಪಾಲಮೋಕ್ಷ ನೆನಪಾಗಿ ದುಃಖ, ಭಯ, ದಿಗಿಲು ಶುರುವಾದ್ವು. ಹುಚ್ಚು ಹಿಡಿದೋನ ಗತಿ ಮತ್ತ ಮತ್ತ ಅದನ್ನಾ ಕನವರಿಸ್ಯಾನ. ಇದ್ದಕ್ಕಿದ್ದಂಗ, 'ಬಂತು ಬಂತು... ಹದ್ದು... ಯಪ್ಪೋ ಹದ್ದು... ನಾಗಣ್ಣ ಬಚ್ಚಿಟ್ಕೋ' ಎಂದು ಕೂಗಾಡ್ಯಾನ. 'ತಪ್ಪಾತು ಸ್ವಾಮ್ಯಾರ... ನಂದೇ ತಪ್ಪು... ನಾಕನೇ ಎಕ್ರಿ ಮರ್ತು ಹೋಗ್ಬಾರದಿತ್ತು. ದುಡ್ಡು ಮಣ್ಣು ತಿನಸ್ತೈತಿ' ಎಂದು ಹಸುಗೂಸಿನಂತೆ ಅತ್ತಾನ. ಮಾಧವಾ, ಇವ್ರು ಮಣ್ಣಿನ್ ಮಕ್ಕಳುಲೇ. ಎರಡು ತಲೆಮಾರುಗಳ ನಡುವ ಸಿಕ್ಕುಕೊಂಡೋರು. ಗಡಿಯಾರದ ಮುಳ್ಳು ಮುರಿದ್ರಾ ಕಾಲ ನಿಲ್ಲುತ್ತಾ ಹೇಳು? ಇವರದೆಲ್ಲಾ ಕೋಮಲ ಮನಸ್ಸು. ಗಂಗೆದೊಗಲು, ಹಾಲಕೆಚ್ಚಲು ನೇವರಿಸಿದ ಕೈಗಳು. ಇವ್ರಿಗೆ ಕಟುಕತನ ಎಳ್ಳಷ್ಟೂ ಗೊತ್ತಿಲ್ಲ."

ಅಪ್ಪ ನಡುನಡುವೆ ಗೋವಿಂದ ನಾಮಗಳನ್ನು ಗುನುಗುತ್ತಾ, ತಲೆ ಮೇಲೆ ನೀರು ಸುರಿದುಕೊಳ್ಳುತ್ತಲೇ ಇದ್ದರು.

"ದುಡ್ಡಿನಂಥ ದುರುಳ ದಿನಿಸು ಇನ್ನೊಂದು ಇಲ್ಲಂತ. ಮರಕ್ಕೆ ದುಡ್ಡೇನಾದ್ರೂ ಚಿಗುರಿದ್ರಾ, ಕೊಂಬೆಗಳೆಲ್ಲಾನೂ ಕೈಕಾಲು ಕೆದರಿಕಂಡು ಕದನಕ್ಕಿಳೀತಿದ್ವಂತ ಹೇಳ್ಯಾನ. ನಾನು, 'ಗೊತ್ತಿದ್ದೂ ಗೊತ್ತಿದ್ದೂ ಕೈಸುಟ್ಟಿಕೊಂಡಿಯಾಕೋ ಪೆದಕಾಪು' ಎಂದು ಕೇಳಿದರೆ, ಮಾಡಬೇಕಾದ್ದು, ಮಾಡಬಹುದಾದ್ದು ಏನೂ ಇಲ್ದಾಗ... ಅಷ್ಟೆ' ಎಂದು ಗೋಳಿಟ್ಟಾನ. 'ಪರ್ಯಾಯ ಮಾರ್ಗ ಇಲ್ಲದಿರುವಾಗ ಪ್ರಾಯಶ್ಚಿತ್ತವೇ ಮದ್ದು' – ಇದೇ ಪೆದಕಾಪುವಿನ ಆತ್ಮಘೋಷ." ಎಂದರು.

ಅನಂತರ "ಇನ್ನು ಸಾಕಪ್ಪಾ... ಈಗ ಹಗುರಾದ್ನಿ... ಪರಾತ್ಪರಾ... ಪರಂಧಾಮಾ..." ಎನ್ನುತ್ತಾ ಎದ್ದು, ಮೈಮೇಲೆಯೇ ಧೋತ್ರ ಹಿಂಡುತ್ತಾ, ಒದ್ದೆ ಹೆಜ್ಜೆಗಳನಿಡುತ್ತಾ, ಸಣ್ಣಗೆ ನಡುಗುತ್ತಾ ಮನೆಯೊಳಗೆ ನಡೆದರು ಕೃಷ್ಣಸ್ವಾಮಿ.

28

ಕೃಷ್ಣಸ್ವಾಮಿ ಮಡಿಬಟ್ಟೆ ಉಟ್ಟುಕೊಂಡು, ಹಣೆಗೆ ತಿರುನಾಮವನ್ನು

ಬರೆದುಕೊಂಡು ಹೊರಗೆ ಬಂದರು. "ಶ್ರೀವತ್ಸಂ... ಕೌಸ್ತುಭಂ... ಮಾಲಾಂ..." – ಯಜ್ಞೋಪವೀತವನ್ನು ತಿರುಗಿಸುತ್ತಾ ಭುಜದ ಮೇಲಿನ ಉತ್ತರೀಯದಿಂದ ತಲೆ ಒರೆಸಿಕೊಳ್ಳುತ್ತಿದ್ದರು. ಸೂರ್ಯ ಗುಡಿಗೋಪುರದ ಕಲಶದ ಮೇಲಿಂದ ಒಂದಿಷ್ಟು ಪಶ್ಚಿಮದತ್ತ ವಾಲಿದ. ಅರಳೀಮರ ಗಾಳಿಗೆ ನಲಿದಾಡುತಿತ್ತು. ಅದರ ಕೊಂಬೆ–ರೆಂಬೆಗಳ ಮೇಲೆ ಕೂತ ಕಾಗೆಗಳು ಕೂಗುತ್ತಿದ್ದವು.

ಶಿವ ಕೃಷ್ಣಸ್ವಾಮಿಯುವರನ್ನು ಹುಡುಕುತ್ತಾ ಓಡೋಡಿ ಗುಡಿಯೊಳಗೆ ಬಂದ. ಅಷ್ಟು ದೂರದಿಂದಲೇ ಕೃಷ್ಣಸ್ವಾಮಿ ಕೈಸನ್ನೆಯಿಂದ ಶಿವನನ್ನು ಮಾತನಾಡಿಸಿದರು.

"ಕೌಮೋದಕೀಂ... ಸುದರ್ಶನಂ... ಪಾಂಚಜನ್ಯಂ..."

ಏನೂ ಆಗುವುದಿಲ್ಲವೆಂದು ಕಿರುನಗೆಯಿಂದ, ಎರಡು ಕೈಗಳನ್ನೂ ಅಭಯಮುದ್ರೆಯಲ್ಲಿರಿಸಿ ಸಮಾಧಾನ ಮಾಡುತ್ತಿದ್ದಾಗಲೇ–

ಶಿವ ಚಂಗನೆ ಕೃಷ್ಣಸ್ವಾಮಿಯವರ ಎದುರಿಗೆ ವಾಲಿದ. ಅವರನ್ನು ನಿಸ್ಸಂಕೋಚವಾಗಿ ಗಟ್ಟಿಯಾಗಿ ತಬ್ಬಿಕೊಂಡ. ಅವನ ಅಳುವಿನ ಕಟ್ಟೆ ಒಡೆಯಿತು. ಕೃಷ್ಣಸ್ವಾಮಿ ಶಿವನನ್ನು ತಬ್ಬಿಕೊಂಡು ಬೆನ್ನು ನೇವರಿಸತೊಡಗಿದರು.

"ಕರಾರವಿಂದೇನ ಪದಾರವಿಂದಂ ಮುಖಾರವಿಂದೇನ..."

ಶಿವನ ತಲೆಯನ್ನು ಅವರು ಎದೆಗಾನಿಸಿಕೊಂಡಿದ್ದರು.

"ವಿನಿವೇಶಯಂತಂ ವಟಸ್ಯ ಪತ್ರಸ್ಯ..."

ಕೃಷ್ಣಸ್ವಾಮಿ ಶಿವನ ಕೆನ್ನೆಯ ಮೇಲೆ ಅಂಗೈಯಿಟ್ಟು, ಮನಸಾರೆ ವಾತ್ಸಲ್ಯವನ್ನು ಸುರಿಸಿದರು.

"ವಟಸ್ಯ ಪತ್ರಸ್ಯ ಪುಟೇ ಶಯಾನಂ..."

ತಡೆಯಿಲ್ಲದೆ ಬಿಕ್ಕಳಿಸುತ್ತಿದ್ದ ಶಿವನ ಬೆನ್ನು ಹಾರಿ ಬೀಳುತ್ತಿತ್ತು.

ಕಣ್ಣು ಧಾರೆಗಟ್ಟುತ್ತಿದ್ದವು. ಕೃಷ್ಣಸ್ವಾಮಿ ಅದನ್ನು ತಡೆಯಲು ಹೋಗಲಿಲ್ಲ... ಅದನ್ನು ಲೆಕ್ಕಿಸಲೇ ಇಲ್ಲ!

"ಬಾಲಂ... ಮುಕುಂದಂ... ಮನಸಾ ಸ್ಮರಾಮಿ..."

ಸಾಂಬಶಿವರಾವು ಬಿಕ್ಕಿ ಬಿಕ್ಕಿ ಅತ್ತ. ಮಲಿನವೆಲ್ಲಾ ತೊಳೆದು

ಹೋಗುವ ಹಾಗೆ ಅತ್ತ. ಎಷ್ಟೋ ವರ್ಷಗಳಿಂದ ಅವನೊಳಗೆ ಹೆಪ್ಪುಗಟ್ಟಿದ ದುಃಖ, ಆಕ್ರೋಶ, ಅವಮಾನಗಳು ಕರಗಿ ಕಣ್ಣೀರಾಗಿ ಹರಿದುಹೋಗುವ ಹಾಗೆ ಅತ್ತ. ಇಷ್ಟು ದಿನದ ಬಳಿಕ ಕಣ್ಣಾರೆ, ಮನಸಾರೆ ತನ್ನ ಅಳಲು ತೋಡಿಕೊಳ್ಳಲು ಶಿವನಿಗೆ ದೇವರ ಹಾಗೆ ಒಂದು ಆಸರೆ ಸಿಕ್ಕಿತು.

ಒಂದು ಸಲ ತಂಗಾಳಿ ಬೀಸಿತು. ಶಿವ ಜುಮುರು ಮಳೆಯಾಗಿ ಸುರಿದು, ಹಿಂಡಿದ ಮೋಡದಂತೆ ತಿಳಿಗೊಂಡ. ಭುಜದ ಮೇಲಿನ ಉತ್ತರೀಯದಿಂದ ಶಿವನ ಕಣ್ಣೊತ್ತಿ, ಹಣೆ ವರೆಸಿದರು ಕೃಷ್ಣಸ್ವಾಮಿ.

ಶಿವ ಆಗಷ್ಟೇ ಬಿರಿದು ನಿಂತ ಪರ್ವತ ಬಾಳೆ ಹೂವಿನಂತಿದ್ದ. ತೊಳೆದ ಮುತ್ತಿನಂತಿದ್ದ. ಒಂದು ಹೆಜ್ಜೆ ಹಿಂದಕ್ಕೆ ಸರಿದು, ಒಂದು ಸಲ ತಲೆ ಜಾಡಿಸಿ, ಕೈಬೆರಳುಗಳಿಂದ ಕೂದಲನ್ನು ಮೇಲಕ್ಕೆ ಬಾಚಿಕೊಂಡ.

"...ನಮ್ಮಪ್ಪ ಅವಾಗಿನ ಗತಿ ನಾರು ಹೊಸೀತಾನಾ?" ಕೈಜೋಡಿಸಿ ಶಿವ ದೀನವಾಗಿ ಕೇಳಿದ.

ಕೃಷ್ಣಸ್ವಾಮಿ ಶಿವನನ್ನು ಬಳಿಗೆ ಸೆಳೆದುಕೊಂಡು ತಲೆ ಸವರುತ್ತಾ ಧೈರ್ಯದ ಮಾತುಗಳ ಮಳೆಗರೆದರು.

"ಓ! ಅನುಮಾನ ಇಲ್ಲ... ಚಂದನ ಕರ್ಪೂರ ಕಲೆಸಿ, ಹೊಳಿಯೋ ಜರತಾರಿ ಎಳೆಗಳಿಂದ ನಿನ್ನ ಕೂಸಿನ ಉಯ್ಯಾಲೆಗಂತ ತನ್ನ ಕೌಶಲ್ಯವೆಲ್ಲಾನೂ ಒಗ್ಗೂಡಿಸಿ ಹೊಸೀತಾನ ಶಿವಯ್ಯಾ... ಈಗ ನಮ್ಮ ಪೆದಕಾಪಿನವು ಬೆಂಕಿ ತೊಳೆದ ಕೈಗಳು...!"

• ಕೃಷ್ಣಂ ವಂದೇ ಜಗದ್ಗುರುಂ •

ಛಂದ ಪುಸ್ತಕ ಬಹುಮಾನ

ಪುಟ್ಟ ಪಾದದ ಗುರುತು – ಸುನಂದಾ ಪ್ರಕಾಶ ಕಡಮೆ – ₹ 120
ಈ ಕತೆಗಳ ಸಹವಾಸವೇ ಸಾಕು – ಅಲಕ ತೀರ್ಥಹಳ್ಳಿ – ₹ 60
ಹಟ್ಟಿಯೆಂಬ ಭೂಮಿಯ ತುಣುಕು – ಲೋಕೇಶ ಅಗಸನಕಟ್ಟೆ – ₹ 180
ಗೋಡೆಗೆ ಬರೆದ ನವಿಲು – ಸಂದೀಪ ನಾಯಕ – ₹ 60
ಮೊದಲ ಮಳೆಯ ಮಣ್ಣು – ಕಣಾದ ರಾಘವ – ₹ 140
ಆಟಿಕೆ – ಬಸವಣ್ಣೆಪ್ಪಾ ಕಂಬಾರ – ₹ 100
ಮಾಯಾಕೋಲಾಹಲ – ಮೌನೇಶ ಬಡಿಗೇರ – ₹ 140
ಕೇಪಿನ ಡಬ್ಬಿ – ಪದ್ಮನಾಭ ಭಟ್, ಶೇವ್ಕಾರ – ₹ 150
ಮನಸು ಅಭಿಸಾರಿಕೆ – ಶಾಂತಿ ಕೆ ಅಪ್ಪಣ್ಣ – ₹ 230
ದೇವರು ಕಚ್ಚಿದ ಸೇಬು – ದಯಾನಂದ – ₹ 120
ಧೂಪದ ಮಕ್ಕಳು – ಸ್ವಾಮಿ ಪೊನ್ನಾಚಿ – ₹ 120
ಡುಮಿಂಗ – ಶಶಿ ತರೀಕೆರೆ – ₹ 90
ಬಯಲಲರಸಿ ಹೊರಟವಳು – ಛಾಯಾ ಭಟ್ – ₹ 120
ಮಾಕೋನ ಏಕಾಂತ – ಕಾವ್ಯಾ ಕಡಮೆ – ₹ 130

ಕಥಾಸಂಕಲನ

ಶಕುಂತಳಾ – ಗುರುಪ್ರಸಾದ್ ಕಾಗಿನೆಲೆ – ₹ 80
ಜುಮುರು ಮಳೆ – ಸುಮಂಗಲಾ – ₹ 160
ಶಾಲಭಂಜಿಕೆ – ಡಾ. ಕೆ. ಎನ್. ಗಣೇಶಯ್ಯ – ₹ 130 (6ನೆಯ ಮುದ್ರಣ)
ಕಾರಂತಜ್ಜನಿಗೊಂದು ಪತ್ರ – ಸಚ್ಚಿದಾನಂದ ಹೆಗಡೆ – ₹ 150
ಹಕೂನ ಮಟಾಟ – ನಾಗರಾಜ ವಸ್ತಾರೆ – ₹ 80
ಕಾಲಿಟ್ಟಲ್ಲಿ ಕಾಲುದಾರಿ – ಸುಮಂಗಲಾ – ₹ 80
ಹುಲಿರಾಯ – ಕೀರ್ತಿರಾಜ್ – ₹ 80
ನಿರವಯವ – ನಾಗರಾಜ ವಸ್ತಾರೆ – ₹ 125
ಹನ್ನೊಂದನೇ ಅಡ್ಡರಸ್ತೆ – ಸುಮಂಗಲಾ – ₹ 170
ಗಾಳಿಗೆ ಮೆತ್ತಿದ ಬಣ್ಣ – ಕರ್ಕಿ ಕೃಷ್ಣಮೂರ್ತಿ – ₹ 120
ಕನ್ನಡಿ ಹರಳು – ಪದ್ಮನಾಭ ಭಟ್, ಶೇವ್ಕಾರ – ₹ 130

ಒಂದು ಚಿಟಿಕೆ ಮಣ್ಣು – ಲಕ್ಷ್ಮಣ ಬಾದಾಮಿ – ₹ 130
ಬಂಡಲ್ ಕತೆಗಳು – ಎಸ್ ಸುರೇಂದ್ರನಾಥ್ – ₹ 160
ದೇವರ ರಜಾ – ಗುರುಪ್ರಸಾದ್ ಕಾಗಿನೆಲೆ – ₹ 150
ಕಟ್ಟು ಕತೆಗಳು – ಎಸ್ ಸುರೇಂದ್ರನಾಥ್ – ₹ 210

ಪ್ರಬಂಧ

ಪೂರ್ವ ಪಶ್ಚಿಮ – ಎಂ. ಆರ್. ದತ್ತಾತ್ರಿ – ₹ 80
ರಾಗಿಮುದ್ದೆ – ರಘುನಾಥ ಚ. ಹ. – ₹ 120
ಕುಟ್ಟವಲಕ್ಕಿ / ಗೊಜ್ಜವಲಕ್ಕಿ – ಪ್ರಶಾಂತ ಆಡೂರ – ₹ 140 / ₹ 140
ಮಿಸಳ್ ಭಾಜಿ – ಭಾರತಿ ಬಿ ವಿ – ₹ 160
ನೀ ಮಾಯೆಯೊಳಗೋ... – ವಿಕ್ರಮ ಹತ್ವಾರ – ₹ 120
ಸಾವೆಂಬ ಲಹರಿ – ಗುರುಪ್ರಸಾದ ಕಾಗಿನೆಲೆ – ₹ 140
ವೈದ್ಯ, ಮತ್ತೊಬ್ಬ – ಗುರುಪ್ರಸಾದ ಕಾಗಿನೆಲೆ – ₹ 120
ಅಪ್ಪನ ರ್‍ಯಾಲೀಸ್ ಸೈಕಲ್ – ದರ್ಶನ್ ಜಯಣ್ಣ – ₹ 110

ಅನುವಾದ

ದಿ ಚಾಯ್ಸ್ – ಈಡಿತ್ ಎವಾ ಎಗರ್ (ಜಯಶ್ರೀ ಭಟ್) – ₹ 280
ದೇಹವೇ ದೇಶ – ಗರಿಮಾ ಶ್ರೀವಾಸ್ತವ (ವಿಕ್ರಮ ವಿಸಾಜಿ) – ₹ 250
ಪರ್ಸೆಪೊಲಿಸ್– ಮಾರ್ಜಾನ್ ಸತ್ರಪಿ (ಪ್ರೀತಿ ನಾಗರಾಜ) – ₹ 395
ಗಾಳಿ ಪಳಗಿಸಿದ ಬಾಲಕ – ವಿಲಿಯಂ ಕಾಂಕ್ವಾಂಬಾ (ಕರುಣಾ ಬಿ ಎಸ್) – ₹ 180
ಅಮೋಸ್ ಫಾರ್ಚೂನ್ – ಎಲಿಝಬೆತ್ ಯೇಟ್ಸ್ (ಜಯಶ್ರೀ ಭಟ್) – ₹ 100
ನವ ಜೀವಗಳು – ವಿಲಿಯಂ ಡಾಲ್ರಿಂಪಲ್ (ನವೀನ ಗಂಗೋತ್ರಿ) – ₹ 250
ಮೈಕೆಲ್ ಕೆ – ಜೆ.ಎಂ. ಕುಟ್‌ಸೀ (ಸುನಿಲ್ ರಾವ್) – ₹ 170
ಲೇರಿಯೊಂಕ – ಹೆನ್ರಿ ಆರ್. ಓಲೆ ಕುಲೆಟ್ (ಪ್ರಶಾಂತ ಬೀಚಿ) – ₹ 140
ಅರೆಶತಮಾನದ ಮೌನ – ಯಾನ್ ರಫ್–ಓ'ಹರ್ನ್ (ಅರುಣ್) – ₹ 190
ಪರ್ವತದಲ್ಲಿ ಪವಾಡ – ನ್ಯಾಂಡೊ ಪರಾಡೊ (ಸಂಯುಕ್ತಾ ಪುಲಿಗಲ್)

– ₹ 320

ಚಂದಿರ ಬೇಕೆಂದವನು – ಮಿಮಿ ಬೇರ್ಡ್ (ಪ್ರಜ್ಞಾ ಶಾಸ್ತ್ರಿ) – ₹ 180

ಬಂಡೂಲ – ವಿಕಿ ಕಾನ್‌ಸ್ಟಂಟೇನ್ ಕ್ರುಕ್ (ರಾಜ್ಯಶ್ರೀ ಕುಳಮರ್ವ) – ₹ 425

ರೆಬೆಲ್ ಸುಲ್ತಾನರು – ಮನು ಎಸ್ ಪಿಳ್ಳೈ (ಸಂಯುಕ್ತಾ ಪುಲಿಗಲ್) – ₹ 420

ಫಾಲೋಯಿಂಗ್ ಫಿಶ್ – ಸಮಂತ್ ಸುಬ್ರಮಣಿಯನ್ (ಸಹನಾ ಹೆಗಡೆ) – ₹ 280

ಜಗವ ಚುಂಬಿಸು – ಸುಬ್ರೊತೋ ಬಾಗ್ಚಿ (ವಂದನಾ ಪಿ ಸಿ) – ₹ 190

ಪರ್ದಾ ಅಂಡ್ ಪಾಲಿಗಮಿ – ಇಕ್ಬಾಲುನ್ನೀಸಾ ಹುಸೇನ್ (ದಾದಾಪೀರ್) – ₹ 380

ವಾಡಿವಾಸಲ್ – ಚಿ. ಸು. ಚೆಲ್ಲಪ್ಪ (ಸತ್ಯಕಿ) – ₹ 70

ನಾಲ್ಕನೇ ಎಕರೆ – ಶ್ರೀರಮಣ (ಅಜಯ್ ವರ್ಮಾ ಅಲ್ಲೂರಿ) – ₹ 100

ಮಾವೋನ ಕೊನೆಯ ನರ್ತಕ – ಲೀ ಶ್ವಿನ್‌ಶಿಂಗ್ (ಜಯಶ್ರೀ ಭಟ್) – ₹ 250

ವಸುಧೇಂದ್ರ

ಮನೀಷೆ – ಕತೆಗಳು – ₹ 100 (7ನೆಯ ಮುದ್ರಣ)

ಯುಗಾದಿ – ಕತೆಗಳು – ₹ 120 (8ನೆಯ ಮುದ್ರಣ)

ಚೇಳು – ಕತೆಗಳು – ₹ 120 (8ನೆಯ ಮುದ್ರಣ)

ಹಂಪಿ ಎಕ್ಸ್‌ಪ್ರೆಸ್ – ಕತೆಗಳು – ₹ 160 (9ನೆಯ ಮುದ್ರಣ)

ಮೋಹನಸ್ವಾಮಿ – ಕತೆಗಳು – ₹ 200 (6ನೆಯ ಮುದ್ರಣ)

ವಿಷಮ ಭಿನ್ನರಾಶಿ – ಕತೆಗಳು – ₹ 240 (4ನೆಯ ಮುದ್ರಣ)

ಕೋತಿಗಳು – ಪ್ರಬಂಧ – ₹ 120 (8ನೆಯ ಮುದ್ರಣ)

ನಮ್ಮಮ್ಮ ಅಂದ್ರೆ ನಂಗಿಷ್ಟ – ಪ್ರಬಂಧ – ₹ 75 (24ನೆಯ ಮುದ್ರಣ)

ರಕ್ಷಕ ಅನಾಥ – ಪ್ರಬಂಧ – ₹ 110 (5ನೆಯ ಮುದ್ರಣ)

ವರ್ಣಮಯ – ಪ್ರಬಂಧ – ₹ 200 (5ನೆಯ ಮುದ್ರಣ)

ಐದು ಪೈಸೆ ವರದಕ್ಷಿಣೆ – ಪ್ರಬಂಧ – ₹ 280 (5ನೆಯ ಮುದ್ರಣ)

ಹರಿಚಿತ್ತ ಸತ್ಯ – ಕಾದಂಬರಿ – ₹ 140 (5ನೆಯ ಮುದ್ರಣ)
ತೇಜೋ–ತುಂಗಭದ್ರಾ – ಕಾದಂಬರಿ – ₹ 450 (11ನೆಯ ಮುದ್ರಣ)
ಮಿಥುನ – ಶ್ರೀರಮಣರ ಕತೆಗಳು – ₹ 120 (8ನೆಯ ಮುದ್ರಣ)
ಎವರೆಸ್ಟ್ – ಜಾನ್ ಕ್ರಾಕೌರ್ – ₹ 360 (4ನೆಯ ಮುದ್ರಣ)

ಕಾದಂಬರಿ

ಎನ್ನ ಭವದ ಕೇಡು – ಎಸ್ ಸುರೇಂದ್ರನಾಥ್ – ₹ 75
ನ್ಯಾಸ – ಹರೀಶ ಹಾಗಲವಾಡಿ – ₹ 250
ಗುಣ – ಗುರುಪ್ರಸಾದ್ ಕಾಗಿನೆಲೆ – ₹ 150
ದ್ವೀಪವ ಬಯಸಿ – ಎಂ. ಆರ್. ದತ್ತಾತ್ರಿ – ₹ 250
ತಾರಾಬಾಯಿಯ ಪತ್ರ – ದತ್ತಾತ್ರಿ ಎಂ ಆರ್ – ₹ 160
ಅಗೆದಷ್ಟೂ ನಕ್ಷತ್ರ – ಸುಮಂಗಲಾ – ₹ 230
ಪ್ರಿಯೇ ಚಾರುಶೀಲೆ – ನಾಗರಾಜ ವಸ್ತಾರೆ – ₹ 295
ಋಷ್ಯಶೃಂಗ – ಹರೀಶ ಹಾಗಲವಾಡಿ – ₹ 125
ಅಂತು – ಪ್ರಕಾಶ ನಾಯಕ್ – ₹ 200
ಚುಕ್ಕಿ ಬೆಳಕಿನ ಜಾಡು – ಕರ್ಕಿ ಕೃಷ್ಣಮೂರ್ತಿ – ₹ 200
ಬರೀ ಎರಡು ರೆಕ್ಕೆ – ಸುನಂದಾ ಪ್ರಕಾಶ ಕಡಮೆ – ₹ 220
ದೀಪವಿರದ ದಾರಿಯಲ್ಲಿ – ಸುಶಾಂತ್ ಕೋಟ್ಯಾನ್ – ₹ 160
ದಾರಿ – ಕುಸುಮಾ ಆಯರಹಳ್ಳಿ – ₹ 395

ಕವಿತೆ

ಮದ್ಯಸಾರ – ಅಪಾರ – ₹ 60
ಪೂರ್ಣನ ಗರಿಗಳು – ಪೂರ್ಣಪ್ರಜ್ಞ – ₹ 30
ಹಲೋ ಹಲೋ ಚಂದಮಾಮ – ರಾಧೇಶ ತೋಳ್ಪಾಡಿ – ₹ 50

ಓದಿ ಓದಿ ಮರುಳಾಗಿ!

ಛಂದ ಪುಸ್ತಕ ಬಹುಮಾನ

ಹೊಸ ಕತೆಗಾರರನ್ನು ಗುರುತಿಸುವ ಸಲುವಾಗಿ ನಮ್ಮ ಪ್ರಕಾಶನ ಸಂಸ್ಥೆಯು ಕಳೆದ ಹದಿಮೂರು ವರ್ಷಗಳಿಂದ ಕತೆಗಳ ಹಸ್ತಪ್ರತಿ ಸ್ಪರ್ಧೆಯನ್ನು ನಡೆಸುತ್ತಾ ಬಂದಿದೆ. ಈವರೆಗೆ ಒಂದೂ ಕಥಾಸಂಕಲನವನ್ನು ಪ್ರಕಟಿಸದವರು ಈ ಸ್ಪರ್ಧೆಯಲ್ಲಿ ಭಾಗವಹಿಸಬಹುದು. ಇತರ ಪ್ರಕಾರಗಳಲ್ಲಿ ಒಂದೆರಡು ಪುಸ್ತಕಗಳನ್ನು ಪ್ರಕಟ ಮಾಡಿದವರೂ ಇದರಲ್ಲಿ ಭಾಗವಹಿಸುವ ಅವಕಾಶವಿರುತ್ತದೆ. ಮೊದಲ ಸುತ್ತಿನ ಆಯ್ಕೆಯನ್ನು ಪ್ರಕಾಶನದ ಸದಸ್ಯರು ಮಾಡಿ, ಕೊನೆಯ ಆಯ್ಕೆಗಾಗಿ ಸುಮಾರು ಹತ್ತು ಹಸ್ತಪ್ರತಿಗಳನ್ನು ನಾಡಿನ ಹಿರಿಯ ಸಾಹಿತಿಗಳಿಗೆ ಒಪ್ಪಿಸುತ್ತಾರೆ. ಆಯ್ಕೆಯಾದ ಹಸ್ತಪ್ರತಿಯನ್ನು ಪುಸ್ತಕ ರೂಪದಲ್ಲಿ ಪ್ರಕಟಿಸಿ, ಪ್ರಶಸ್ತಿ ಪತ್ರ, ಫಲಕ ಹಾಗೂ ಮೂವತ್ತು ಸಾವಿರ ರೂಪಾಯಿ ಬಹುಮಾನವನ್ನು ನೀಡಲಾಗುತ್ತದೆ. ಈವರೆಗೂ ಈ ಪ್ರಶಸ್ತಿಯಲ್ಲಿ ಬಹುಮಾನ ಪಡೆದವರ ವಿವರಗಳ ಪಟ್ಟಿಯನ್ನು ಮುಂದಿನ ಪುಟದಲ್ಲಿ ನೀಡಿದ್ದೇವೆ.

ಇವರಲ್ಲಿ ಮೌನೇಶ ಬಡಿಗೇರ, ಶಾಂತಿ ಕೆ ಅಪ್ಪಣ್ಣ, ಪದ್ಮನಾಭ ಭಟ್ ಶೇವ್ಕಾರ ಮತ್ತು ಸ್ವಾಮಿ ಪೊನ್ನಾಚಿ ಅವರಿಗೆ ಕೇಂದ್ರ ಸಾಹಿತ್ಯ ಅಕಾದೆಮಿಯ ಯುವ ಪುರಸ್ಕಾರ ದೊರೆತಿದೆ. ವಿನಯಾ, ಶಾಂತಿ ಕೆ ಅಪ್ಪಣ್ಣ ಮತ್ತು ಪದ್ಮನಾಭ ಭಟ್ ಶೇವ್ಕಾರರ ಪುಸ್ತಕಗಳಿಗೆ ಕರ್ನಾಟಕ ಸಾಹಿತ್ಯ ಅಕಾಡೆಮಿಯ ಪುಸ್ತಕ ಬಹುಮಾನ ಅಥವಾ ದತ್ತಿ ಬಹುಮಾನಗಳು ಸಂದಿವೆ. ಇನ್ನೂ ಹಲವಾರು ನಾಡಿನ ಪ್ರಮುಖ ಪ್ರಶಸ್ತಿ ಮತ್ತು ಬಹುಮಾನಗಳೂ ಈ ಕೃತಿಗಳಿಗೆ ಲಭ್ಯವಾಗಿವೆ.

ನೀವು ಈ ಸ್ಪರ್ಧೆಯಲ್ಲಿ ಭಾಗವಹಿಸಬೇಕೆ? ಹಾಗಿದ್ದರೆ ನಮ್ಮ ಮುಂದಿನ ವರ್ಷದ ಸ್ಪರ್ಧೆಯ ಆಹ್ವಾನವನ್ನು ಖ್ಯಾತ ಕನ್ನಡ ನಿಯತಕಾಲಿಕಗಳಲ್ಲಿ ಅಥವಾ ಸಾಮಾಜಿಕ ಜಾಲತಾಣಗಳಲ್ಲಿ ನಿರೀಕ್ಷಿಸಿರಿ. ಹೆಚ್ಚಿನ ವಿವರಗಳಿಗೆ 98444 22782 ಗೆ ಸಂದೇಶ ಕಳುಹಿಸಿರಿ.

ಛಂದ ಪುಸ್ತಕ ಬಹುಮಾನ ಪಡೆದವರು

ಕತೆಗಾರರು	ತೀರ್ಪುಗಾರರು
ಸುನಂದಾ ಪ್ರಕಾಶ ಕಡಮೆ	ಅಶೋಕ ಹೆಗಡೆ/ ಸುಮಂಗಲಾ
ಅಲಕ ತೀರ್ಥಹಳ್ಳಿ	ಕೇಶವ ಮಳಗಿ/ ಸುಮಂಗಲಾ
ಲೋಕೇಶ ಅಗಸನಕಟ್ಟೆ	ಬೊಳುವಾರು ಮಹಮದ್ ಕುಂಞಿ
ವಿನಯಾ	ನೇಮಿಚಂದ್ರ
ಸಂದೀಪ ನಾಯಕ	ಅಮರೇಶ ನುಗಡೋಣಿ
ಕಣಾದ ರಾಘವ	ಕೆ. ಸತ್ಯನಾರಾಯಣ
ಬಸವಣ್ಣೆಪ್ಪಾ ಕಂಬಾರ	ಕುಂ. ವೀರಭದ್ರಪ್ಪ
ಮೌನೇಶ ಬಡಿಗೇರ	ಓ.ಎಲ್. ನಾಗಭೂಷಣಸ್ವಾಮಿ
ಪದ್ಮನಾಭ ಭಟ್ ಶೇವ್ಕಾರ	ಎಂ. ಎಸ್. ಆಶಾದೇವಿ
ಶಾಂತಿ ಕೆ ಅಪ್ಪಣ್ಣ	ಎಚ್.ಎಸ್. ರಾಘವೇಂದ್ರ ರಾವ್
ದಯಾನಂದ	ನಾ. ಡಿಸೋಜಾ
ಸ್ವಾಮಿ ಪೊನ್ನಾಚಿ	ಎಂ. ಎಸ್. ಶ್ರೀರಾಮ್
ಶಶಿ ತರೀಕೆರೆ	ಲಲಿತಾ ಸಿದ್ಧಬಸವಯ್ಯ
ಛಾಯಾ ಭಟ್	ತಾರಿಣಿ ಶುಭದಾಯಿನಿ
ಕಾವ್ಯ ಕಡಮೆ	ಟಿ.ಪಿ. ಅಶೋಕ